CÓ NHỮNG KẺ ĐI MÃI KHÔNG VỀ
Tiểu thuyết NGUYỄN VIỆN

NXB Nhân Ảnh – 2026

Tranh bìa: NGUYỄN TRỌNG KHÔI

Trình bày: BẢO HUÂN

NGUYỄN VIỆN

CÓ NHỮNG KẺ ĐI MÃI KHÔNG VỀ

PHẦN MỘT

1. CÁI LÔ CỐT Ở RUME

Trên mô đất không cao lắm, cái lô cốt hoang phế của bọn lính Tây nằm ẩn nấp sau những bụi cây rậm rạp. Lô cốt ấy có ma. Những đêm trăng, tiếng kèn harmonica từ trong lòng đất dậy lên như khóc than của kẻ lưu đày nhớ cố hương. Đôi khi, một gã Tây đen chết đói chui ra đứng ven đường xin rượu, thuốc lá. Thảm hại.

Những tin đồn ấy làm cho cái lô cốt vốn đã hoang liêu càng trở nên kỳ bí.

Rừng trập trùng. Rừng vã mồ hôi độc. Và rừng bao dung che chở cho gần trăm mái tranh của làng Rume cùng với cái lô cốt buồn thiu dưới bóng những tàng cây xanh mát. Thật ra, Rume vốn là Rum, không ngữ nghĩa, nó như tiếng kêu thảng thốt của một con thú hoang trước cái chết. Tương truyền, khi quân Tây Sơn nổi lên làm can qua, tất cả đàn ông trai tráng trong làng đã bị bắt lính. Khi những người da trắng tới truyền giáo, họ chỉ còn nhìn thấy ở Rum hẻo lánh hiu hắt toàn đàn bà con gái và trẻ con. Vì thế, họ đã ví von Rum là Rume để ám chỉ nơi ngụ cư của những con cái.

Nhưng rồi, theo nhiều cách khác nhau, những người đàn ông xa lạ mang đến Rume những mầm mống mới của phiêu bạt. Và Rume tiếp tục sinh sôi nảy nở cho đến khi một cuộc chiến tranh khác ùa tới dập vùi nó trong khói lửa.

Người dân ở Rume sống bằng nghề săn thú, làm củi, đốt than và làm rẫy. Không có trưởng ấp hay già làng.

Nhưng được Chúa chọn, một ngày đầy ơn phước, có một người đàn ông từ phương xa đến, ông mang theo giáo lý của Chúa và ở lại để quy tụ con chiên của ngài.

Dân làng gọi ông là Thày.

Ông Thày vừa dạy học cho trẻ con biết chữ vừa xử lý những việc của người lớn như một mục tử nhân lành.

Ông Thày không mang chức thánh, nhưng vì linh hồn con người cần được cứu rỗi, ông mời gọi dân làng tụ họp tại ngôi nhà của mình và cùng họ đọc kinh, cầu nguyện, mỗi khi trời bắt đầu chạng vạng. Cùng với thời gian, lời kinh thấm xuống đất, ngôi nhà của ông biến thành nhà thờ như cây con lớn lên thành cổ thụ. Và đó là nơi nương náu vỗ về cho sự mong manh của con người trước những hoạn nạn, bất trắc của tử sinh.

Ông cũng có một miếng vườn nhỏ trồng các thứ rau củ, nuôi mấy con gà độ nhật cùng với những vật phẩm khác do cư dân phụ giúp.

Cuộc sống trôi đi hỗn tạp như rừng và cũng đơn sơ hài hoà như rừng.

Một tháng vài lần, những con buôn từ xa tới, họ mang theo mắm muối, thực phẩm khô, vải vóc và thuốc men. Họ thường nghỉ qua đêm ở mái hiên nhà thờ vì không thể trở về kịp trong ngày. Đối với đám trẻ con trong làng, đấy là dịp để chúng được nghe kể về một thế giới khác. Như những truyện truyền kỳ cổ tích.

Thời thơ ấu của Thạch Xung được gieo trồng và vun đắp từ những câu chuyện kỳ lạ hoang đường của những thương nhân và những kẻ giang hồ bất định ấy.

"Muối ở đâu ra?"

Người đàn ông bán mắm muối lực lưỡng và cũng đen xạm như Thạch Xung, xoa đầu Thạch Xung, "Muối được kết tinh từ nước biển."

"Nước biển có giống nước sông không?"

Người đàn ông cười hiền, "Không giống."

"Vì sao?"

Điều này thì người đàn ông bán muối cũng không biết, nhưng ông vẫn trả lời "Vì trời sinh ra thế. Mặn và ngọt. Cũng như trời sinh ra đàn ông khác đàn bà thôi."

"Đàn ông là biển hay sông?"

Ông bán muối cười lớn. "Cháu thích là biển hay sông?"

"Cháu cũng không biết, vì cháu chưa thấy biển."

Người đàn ông nói trống không "Cũng chẳng có gì quan trọng."

Người đàn ông có cô vợ xinh xắn. Thơm mùi đàn bà. Cũng không hiểu vì lý do gì, một ngày nọ hai vợ chồng họ không đi nữa. Họ ở lại Rume và làm nhà, mở tiệm tạp hoá, bán tất cả mọi thứ cần thiết cho cuộc sống hàng ngày của dân làng. Tiệm tạp hoá không có tên, cho nên nó được gọi là cửa hàng của ông Muối – bà Mắm theo một thói quen mà dân làng đã gọi họ từ thuở còn lang bạt.

Mỗi tháng một lần, ông Muối đều lên tỉnh lấy hàng và ở lại cho đến hôm sau mới về. Cũng mỗi tháng một lần, bà Mắm có một đêm rảnh rang để mơ mộng. Ông Thày uy nghi và đầy hấp lực bí ẩn như thánh thần. Có lẽ đó mới là lý do khiến bà Mắm muốn cùng chồng ở lại Rume định cư. Bản thân ông Muối cũng nhận ra đây là nơi mà vợ chồng họ có thể làm ăn được.

Không phải dân bản địa, ông Thày đã đến Rume như định mệnh. Cơn sốt bệnh ngã nước đã đóng đinh chân ông vào đất của Rume. Duyên lành đã để ông nằm mê man dưới một gốc cây to phía trước cái lô cốt bỏ hoang. Giữa mù mịt chướng khí, cô gái trước khi là mẹ của Thạch Xung đã nhìn thấy ông thoi thóp. Cô đưa ông vào trong lô cốt và chăm sóc ông. Sứ mệnh mà Thượng đế đã trao cứu sống ông như một phép màu. Đấy cũng là một ngộ nạn giữa vô định của ông với làng Rume.

Trong lô cốt mờ tối đã được cô gái dọn dẹp sạch sẽ. Đầu người đàn ông gối trên đùi cô, hơi thở mệt nhọc. Cô nhìn ngắm ông như chiêm ngưỡng một kỳ quan, cho dù khuôn mặt đầy nam tính ấy nhám nhúa khiến cô có chút sợ hãi. Cô không thể mang ông về nhà, cũng không thể bỏ mặc ông. Tuy nhiên, lòng thương cảm của cô với một sinh mệnh đơn độc hiu hắt đã giúp cô trở nên can trường trước một tình huống khó xử. Cô lén lút mang nước uống và thức ăn cùng cái mền rách đến cho ông. Sau mấy ngày, người đàn ông dần hồi phục. Ông đã có thể ôm cô để chia sẻ sự biết ơn sâu thẳm của ông với lòng trắc ẩn tự nhiên của cô.

Mỗi ngày cô là một ngày khai mở thân tâm đến tận cùng hoan lạc. Mỗi ngày ông là một ngày lạc lối đến chân trời mộng ảo.

Nhưng rồi cũng đến lúc ông phải từ biệt cô ra đi, như ông vẫn lữ hành một trần gian trắc trở vô thường. Ông để lại cho cô một nỗi nhớ mênh mang về mùi thân xác đàn ông và một ánh mắt dịu dàng khiến linh hồn cô run rẩy.

Hơn nửa năm sau, người đàn ông khoẻ mạnh quay lại Rume cùng với một con chó và chiếc xe đạp. Những ngày đầu, ông sống trong lô cốt như một quái nhân dưới mắt những người quen với đời sống quần cư. Rồi ông dựng một cái lều gần đó tách biệt hẳn với dân làng. Dẫu vậy, ông vẫn nghiễm nhiên trở thành một cư dân của Rume, mà không cần tuyên bố hay xin phép ai. Cũng không cần giới thiệu, ông chào hỏi và tự làm quen với mọi người ở Rume mỗi khi có dịp. Ông chia sẻ sự hiểu biết của mình một cách khiêm tốn với tất cả. Dân làng cùng gọi ông là Thày như cách bày tỏ lòng kính trọng với một người thân thiện và tử tế.

Khi những đứa trẻ trong làng được ông dạy dỗ học chữ, người ta đã giúp ông làm lại ngôi nhà khang trang hơn cũng như đóng cho bọn trẻ mấy bộ bàn ghế dài để chúng ngồi học. Hơn cả một già làng, ông được coi là hiện thân của thần linh, khai sáng và dìu dắt nâng đỡ cuộc sống con người đơn sơ ở Rume.

Tuy nhiên, thần linh cũng đa cảm. Thày không bao giờ quên ơn cứu mạng của cô gái đã chăm sóc ông trong lô cốt. Vì thế với Thày, lô cốt là thánh địa thiêng liêng, Thày cho rào cái lô cốt lại và biến nó trở thành biệt cung của Thày. Trong lô cốt ấy chỉ có một cái võng và những viễn mộng. Mỗi tháng vài lần, cô gái có tấm lòng lân tuất lại tìm đến với người đàn ông lạc đường mà cô thương nhớ. Nỗi thương nhớ ấy gieo vào lòng cô một đứa bé, sau này được gọi là Thạch Xung. Nhưng Thạch Xung không hề biết Thày chính là cha mình, bởi vì cô đã được cha mẹ gả cho một chàng trai khác vốn là kẻ khoẻ mạnh giỏi giang nhất ở Rume ngay sau khi cô mang thai. Chàng biết làm rẫy, đốt than và cũng biết săn thú rừng. Mọi người ở Rume gọi chàng là Thạch Xanh. Và sau khi lấy chồng, cô gái được gọi là chị

Xanh hay bà Xanh. Không một ai biết, bà Xanh đã từng nhiều lần đến lô cốt của Thày dâng hiến thanh xuân cho thần linh. Bởi thế, bà Xanh vẫn là một mẫu mực đàn bà đoan chính và nhân hậu.

Cái lô cốt hoang tàn ẩn khuất giữa đám cây rừng ấy chưa bao giờ lạnh lẽo. Nó luôn được sưởi ấm bởi những hơi thở nóng của đàn bà ở Rume. Bởi không một người đàn bà nào không bị xao xuyến bởi ánh mắt dịu dàng của Thày.

Bà Mắm bán tạp hoá tuy bận rộn nhưng vẫn lãng mạn như dòng suối. Mỗi lần gặp Thày đến mua đồ là mỗi lần bà chảy nước trong háng. Mùi nước ấy phả ra lấn át tất cả cái hỗn mang của mọi thứ hàng hoá chất đầy trong tiệm. Nó tạo ra một bầu khí nồng nàn hư ảo với sự tồn tại của thế giới chung quanh.

Bao giờ cũng vậy, khi Thày mua hàng xong bà đều ân cần, "Thày cứ để đồ ở đây, em sẽ bảo bọn nhỏ mang đến nhà cho Thày."

Và Thày luôn tỏ ra cao quí, nhỏ nhẹ "Nhờ bà vậy."

Thật ra, chẳng có bọn nhỏ nào cả. Chính bà sẽ đích thân mang đồ đến cho Thày. Bà cũng không bao giờ quên biếu Thày ít đồ ăn do chính bà nấu. Điều ấy tự nhiên như tình làng nghĩa xóm, đặc biệt với một người đàn ông đáng kính sống đơn độc. Và cũng tự nhiên như thế, bà sẽ mang cái mùi như truyền thuyết ấy vào lô cốt với Thày mỗi khi ông Muối vắng nhà.

Ông Thày rất ít nói khi giao hưởng ân ái. Chỉ có mê đắm của ngôn ngữ cơ thể với cơ thể. Tuy nhiên, cũng có lúc ông phải thốt lên thành lời, "Anh chết mất..."

Mùi ma mị của bà hoà quyện với mùi rừng man dại

nhồi ông lên xuống giữa chơi vơi của đất trời. Mơ và thật.

Bà Mắm rất tự hào vì được ông yêu. Như ân sủng. Như biệt đãi. Cho dẫu niềm tự hào ấy vẫn phải che giấu như bóng tối trong lô cốt, nhưng vẫn làm cho thần thái bà trở nên rạng ngời. Nhờ thế, tiệm tạp hoá của bà, vốn chỉ bán những thứ cần thiết mà không biết từ lúc nào đã biến thành quán rượu. Những gã đàn ông chán vợ, những chàng trai mới lớn đều nấn ná khi mua rượu ở quán bà. Ở đấy không có mồi nhậu, nhưng có nhan sắc và mùi của bà. Họ uống rượu tại chỗ. Một mình cũng uống. Đông người cũng uống. Không có chỗ trong nhà thì họ ngồi ngoài hiên. Mùi trong háng bà phát tán trong không gian đầy ắp, ai cũng có phần.

Ở Rume, ai cũng biết bà Mắm không có mùi mắm. Nơi bà, chỉ có một mùi trầm hoang dã khiến rắn không cắn, cọp beo không ăn thịt người. Mùi ấy mang an lành, hiền hoà đến cho mọi loài thú.

Đàn ông say đắm mùi bà nhưng không ai cợt nhả với bà hay hung hiểm với người khác. Có lẽ một phần vì ông Muối lúc nào cũng đeo con dao găm bên hông như cảnh sát đeo súng lục. Hơn nữa, trên bàn thờ nhà ông Muối còn có một cây kiếm dài, nghe nói là của gia bảo. Mỗi lần kiếm rút ra phải dính máu người.

Chỉ có ông Thày không bao giờ ngồi lại trong tiệm. Và Thày cũng chỉ uống rượu một mình. Với khách khứa, Thày dùng trà tiếp đãi, mà cũng chỉ là lá cây vối trong sân nhà.

Thỉnh thoảng Thày lấy xe đạp đi đâu đó một vài ngày, không ai biết làm gì. Con Quít vẫn quấn quít với Thày và là kẻ canh gác trung thành của Thày. Đặc biệt, những khi Thày vào lô cốt với ai đó hay vắng nhà, Quít luôn ngồi gác bên ngoài, nghiêm cẩn như một anh lính gác lăng tẩm. Vì thế, cái lô cốt vẫn là một bí mật về những con ma Tây đen nhớ cố hương than khóc hàng đêm làm dân làng sợ hãi, không ai dám bén mảng.

2. ĐỨA CON CỦA RỪNG

Thạch Xung được sinh ra đúng vào ngày Thạch Xanh, cha nó bẫy được một con heo rừng to lớn.

Bế Thạch Xung trên tay, bà đỡ hoan hỉ loan báo, "Đây là con trai của rừng và nó sẽ thống lĩnh Rume như một vương quốc."

Trong lúc vui vẻ, mọi người trong gia đình cũng như hàng xóm chúc mừng bà mẹ và coi đó như một lời nói đùa. Hơn tất cả mọi người, bà Xanh rạng rỡ trong hạnh phúc. Bà thầm mong lời chúc phúc của bà đỡ sẽ thành sự thật. Bởi từ sâu thẳm trong lòng, bà vẫn tin vào cái định mệnh mà trời đất đã mang đến cho bà một người đàn ông của thế giới khác, phi phàm và độ lượng. Giống của người ấy, tất nhiên cũng phải phi thường. Đấy là bí mật của riêng bà, chính ông Thày cũng không hay biết. Tuy nhiên, ông cha hờ vừa từ rừng về quăng con heo xuống đất, ôm thằng bé vào lòng, Thạch Xanh mới coi đây là chiến thắng. Không chỉ một thằng bé, mà ông sẽ có con đàn, cháu đống.

Trong căn nhà gần lô cốt, ông Thày nghe tin bà Xanh mới sinh một thằng con trai từ mấy đứa học trò. Bọn chúng cũng loan truyền như lời bà đỡ rằng đấy là đứa con của rừng và sẽ thống lĩnh Rume như một vương quốc. Điều này, được ghi nhớ rất lâu. Chính vì thế, khi Thạch Xung đến tuổi đi học, nó đã bị những đứa lớn hơn thách thức gây sự. Thay vì sợ hãi, Thạch Xung trở thành đứa bé lì đòn đáng kinh ngạc.

Phần ông Thày, đêm ấy đã vào ngủ trong lô cốt một

mình với chai rượu. Trong cơn lãng đãng, ông nhớ lại cái đẹp rắn chắc và sự cuồng nhiệt của bà Xanh trên nền đất. Vú của bà. Mông của bà. Hơi thở dồn dập và tiếng rên rất to của bà.

Con Quít đứng canh bên ngoài thỉnh thoảng lại sủa như cắn ma.

Thạch Xung uống sữa mẹ và ăn khoai ăn bắp lớn lên khoẻ mạnh. Nhưng bất ngờ vào năm bốn tuổi, Thạch Xung bị bệnh thuỷ đậu tưởng chết. Ông Thày đạp xe một mạch lên tỉnh nhờ một bác sĩ Tây mà ông quen biết xin thuốc. Rồi ông Thày lại đạp một mạch về thẳng nhà Thạch Xanh đưa thuốc.

Ông nói với Thạch Xanh, "Đây là thuốc bôi và thuốc uống, nhớ che kín gió và chỉ dùng nước nóng lau người cho cháu. Cũng tránh không cho người khác gần cháu. Đừng lo, cháu sẽ khỏi."

Thạch Xanh chỉ gật đầu.

Sau khi Thạch Xung khoẻ hẳn, bà Xanh dẫn nó lại nhà ông Thày để tạ ơn. Bà nấu cho ông một nồi gà kho, một ít rau củ tươi và một miếng khô nai gác bếp.

Bà bảo thằng bé, "Lạy Thày đi con."

Thạch Xung lễ phép khoanh tay cúi lạy ông, đôi mắt nó liếc nhìn ông. Ông mỉm cười hiền từ xoa đầu thằng bé khen ngoan.

"Giúp cháu cũng như giúp những đứa trẻ khác trong làng thôi mà."

Bà nói, "Em vẫn biết thế, nhưng…"

Bà định nói ông đã cứu con của chúng ta, nhưng kịp

ngừng lại. Bà quay nhìn đi chỗ khác.

Đôi mắt rưng rưng, "Thôi em về, anh nhớ ăn uống tử tế, giữ gìn sức khoẻ."

Ông nhìn bà quyến luyến, "Anh vẫn khoẻ mà. Có cần gì cứ cho anh biết."

Hai mẹ con bà Xanh cúi đầu chào Thày lần nữa. Nhìn theo bà, lòng ông dạt dào thương cảm.

Được bảy tuổi, Thạch Xung bắt đầu được cha dẫn theo vào rẫy, dạy nó cách trồng trọt, dọn cỏ. Thạch Xanh cũng dạy nó nhận biết tên từng cây và cho nó biết loại trái nào ăn được. Tuy nhiên việc mà Thạch Xung thích nhất là phụ bố đắp lò than. Nó giống như một trò chơi. Chỉ vài năm sau, tự nó đã biết cách để làm một cái lò than nhỏ. Than của nó mang về biếu ông Thày. Mẹ nó dạy phải biết ơn người đã cứu giúp mình. Thạch Xanh coi đó như đóng góp một phần học phí, ông ta hài lòng vì thấy con mình biết cư xử.

Khi đã biết đọc biết viết, tất cả sách có trong nhà Thày, Xung đều xin đọc. Việc đọc sách với nó cũng giống như việc đi vào rừng. Mịt mù nhưng lôi cuốn. Có rất nhiều từ, nhiều câu, nhiều việc nó không hiểu, nhưng điều ấy không làm nó chán. Cũng như một cây lạ, một con quái vật… chữ là những vật cảnh dị thường, ám ảnh nó. Đôi khi nó nhờ Thày giải nghĩa, nhưng thường thì nó im lặng như rình một con mồi.

Ông Thày thích thằng nhỏ Xung, không chỉ vì nó thông minh, gan dạ mà còn vì Xung là con của người đàn bà mà ông yêu dấu. Ông thương nó như con mình. Ông cũng thích nói chuyện với nó, nhưng rất ít khi ông hỏi thăm về mẹ nó. Bởi ông sợ lòng mình yếu đuối. Thật ra, ông cũng sợ phải va chạm với cha nó, người đàn ông dũng cảm và cục cằn.

Ở chỗ ông Thày, Xung cũng như những đứa trẻ khác chỉ được học đến lúc viết, đọc thông thạo và làm được bốn phép tính cộng, trừ, nhân, chia. Không còn gì để học, nhưng Xung vẫn thường xuyên đến nhà Thày để giúp ông những việc vặt. Thỉnh thoảng nghe ông kể chuyện. Thế giới không chỉ có Rume, mà còn có những kỳ quan, những tiện nghi ảo diệu cho đời sống. Thế giới cũng có cái gọi là lịch sử và những ông hoàng bà chúa, lẫm liệt hay hoang đàng. Thế giới còn có thiên thần và ác quỉ. Thế giới rộng lớn đi không bao giờ hết.

Một cách vô tình, ông Thày gieo vào lòng Xung những ước mơ và khát vọng. Ngọn núi phía xa kia quyến rũ nó. Ngọn núi đơn độc và sừng sững thách thức. Những khi trời không có mây mù, thằng Xung sẽ ngồi đâu đó nhìn ngắm ngọn núi, mơ màng. Một ngày nào đó nó sẽ phải leo lên. Nhưng nó không thật sự biết, nó muốn gì.

Bà Xanh thương con nhưng cũng dạy dỗ Xung nghiêm khắc. Bà không bao giờ tỏ ra quá dễ dãi. Sự khuôn phép của bà không những chỉ dành cho thằng Xung mà cả chồng bà cũng phải e dè. Thạch Xanh có thể say sưa, be bét đâu đó với bạn bè, có thể chửi thề đánh lộn không chừa ai, nhưng về nhà Thạch Xanh vẫn phải chừng mực. Uy quyền của bà lớn hơn cái ngang tàng của chồng. Bà quán xuyến mọi chuyện trong ngoài.

Thạch Xung kính sợ cha mẹ. Sự kính sợ ấy làm Xung càng trở nên xa cách khi nó lớn dần lên. Lầm lì và có vẻ khôn trước tuổi.

Trong khi bố mẹ Xung tiếp tục đẻ ra những đứa em ruột thịt, tình cảm của nó lại hướng về một đứa con gái hàng xóm, mặt đầy tàn nhang nhưng nhí nhảnh và duyên dáng thơm tho.

3. MÙI NGƯỜI

Khi vợ chồng ông Muối – bà Mắm lập nghiệp ở Rume, họ vẫn chưa có con. Ông Muối đã bắt đầu sốt ruột. Bà Mắm càng nóng lòng hơn. Nhưng không phải điều gì con người muốn là được. Mặc dù hai ông bà cũng yêu nhau, nhưng chỉ đến lúc bà Mắm và ông Thày ở trong khoảng cách có thể với tay ôm được trong tiệm tạp hoá của mình, bà mới cảm nhận được tình yêu phức tạp hơn bà tưởng. Ánh mắt bao dung và nụ cười hiền hoà của Thày như ngọn lửa ấm áp nhưng mãnh liệt làm dấy lên trong lòng bà một cơn điên âm ỉ. Trái tim bà rộn ràng hơn. Dường như bà thấy mình là một người khác.

Đó cũng là thời điểm tiệm của bà Mắm bán được nhiều rượu hơn. Và nó trở thành nơi giải khuây của cánh đàn ông. Bọn mới lớn nhìn thấy bà liền biết cách thủ dâm. Dân số ở Rume bắt đầu gia tăng đáng kể.

Ngôi nhà thờ của ông Thày vào buổi tối có nhiều phụ nữ đến cầu nguyện hơn. Ông Thày cũng có nhiều việc để làm hơn. Bận rộn nhất là xử lý những bất hoà giữa các cặp vợ chồng.

Các bà vợ trở nên khó tính bởi sự ganh ghét mà do bản năng họ nhận biết đâu là nguyên nhân. Bà Mắm trở thành trung tâm của các đàm tiếu trong đám phụ nữ.

Thật ra, không một người đàn ông nào ở Rume lọt vào mắt bà. Bà vẫn là một người vợ đoan chính với tất cả, ngoại trừ ông Thày. Chúa tha thứ cho bà vì đấy là điều bà không thể chống cưỡng.

"Đêm nay chồng em không về."

Có nghĩa em tự do, em là của Thày duy nhất và nguyên bản. Cơn điên của ngưỡng vọng trong bà bùng phát. Như hồng thuỷ. Như huỷ diệt. Bà vắt kiệt ông rời rã mỗi khi bà đến lô cốt với ông.

Khi bà Mắm đã có dấu hiệu thụ thai, bà quyết định không bao giờ trở lại nhà ông Thày nữa. Cái lô cốt trở thành một ký ức hoang đường nhưng bất diệt trong linh hồn bà. Ở đó, dù chỉ là một thời gian ngắn ngủi, nhưng bà đã sống như cả một đời. Nhiều đời. Luân hồi miên viễn.

Bà Mắm sinh ra một đứa con gái thanh nhã. Từ đó, năm nào bà cũng đẻ. Và bà đẻ liền một hơi cho ông Muối năm cô con gái.

Cô gái được đặt tên là Thị, bởi từ khi sinh ra nó đã thơm và xinh tươi như một trái thị. Càng lớn, Thị càng thơm như thể nó ẩn chứa cả một rừng thị. Tuy nhiên, có một điều không bình thường là mùi của bốn đứa em nó lại rất khác, chúng mang cái mùi mắm muối của cha mẹ. Chỉ có bà Mắm mới biết được cái bí mật dị thường của Thị. Điều ấy khiến Thị, giống như mẹ, trở thành đối tượng bị ganh ghét nhất làng Rume bởi tất cả mọi phụ nữ, kể cả mấy đứa em ruột thịt của cô.

Khi Thị bắt đầu đi học thì cũng là lúc Thạch Xung đã nghỉ. Tuy nhiên, vốn là đứa ham hiểu biết, Xung vẫn thường xuyên đến nhà Thày phụ việc như một cách thụ giáo khác. Xung mười một tuổi và lớn hơn con Thị bốn tuổi. Nhìn thấy con Thị thút thít những ngày đầu đến lớp học, Xung đã thương con bé như một người anh. Nó hì hục mất một tuần lễ để đẽo cho Thị một con chó con với cái mõm ngắn bằng gỗ mít. Thị thích lắm.

Thật ra, nó là một con vật có bốn chân không hẳn là chó hay mèo, nhưng thằng Xung bảo nó là chó em của con Quít, thì nó là chó.

Xung nói, "Đặt tên cho nó đi."

Con Thị chẳng biết phải gọi là gì và nói gì. Thị im lặng xoa đầu con chó gỗ và hôn vào mũi của nó. Phải mãi về sau, Thị mới nghĩ được cái tên cho con chó bởi sự ngọt ngào mà thằng Xung đã dành cho cô, Cam. Cái tên được bật thốt lên khi Thị nghĩ đến Xung. Mà cũng đúng, anh em với Quít thì nhất định phải là Cam. Thị đã giữ con chó Cam ấy cho đến khi cô già đi và lú lẫn.

Trong lớp học ở nhà ông Thày, mùi của Thị đã giúp bọn con trai thông minh hiếu học hơn. Nhưng cũng mùi ấy lại khiến đám con gái vốn đã ít ỏi lại càng trở nên đần độn. Ông Thày hiểu được cái không bình thường ấy, nhưng cũng đành chịu. Ông chỉ thầm mong rồi đây, cuộc đời con bé sẽ êm ả hạnh phúc.

May thay, cô đã có một cuộc sống huy hoàng bởi sự ngưỡng mộ của các chàng trai ở Rume. Vào năm mười bốn tuổi, Thị chính thức đứng bán hàng thay mẹ bởi bà Mắm bị một bệnh nan y không còn đủ khoẻ để làm gì. Đàn ông con trai đến mua rượu của cô phải sắp hàng. Cô ra một qui định là chỉ bán rượu từ 4 giờ chiều đến 7 giờ tối. Cô giải thích, đàn ông trai tráng ban ngày phải đi làm, tối phải ngủ sớm để giữ gìn sức khoẻ. Cô tuyệt đối nghiêm khắc tuân thủ qui định của mình. Anh nào lây nhây đã có ông Muối giải quyết. Đối với Thạch Xung cũng thế, chàng chỉ có một ngoại lệ duy nhất vào ngày cuối tuần. Mỗi thứ bảy, Xung có thể ở lại trễ hơn một chút với lý do giúp cô dọn dẹp vệ sinh. Nhưng thực ra, đấy là khoảng thời gian mà Thị dành riêng để tiếp đãi Xung, có khi là một tô cháo nóng, có khi là một dĩa trái cây… Đặc quyền này đến từ việc Xung giúp ông cha Muối của cô bổ củi vào buổi chiều.

Khi mọi ồn ào của ngày đã lắng xuống, cả Rume chìm trong im vắng thanh sạch của đêm, mùi thị thơm tho từ người Thị ngào ngạt toả hương. Càng khuya, mùi Thị càng nồng đượm. Đặc biệt, khi gần gũi người mà cô thích thì mùi Thị trở nên cô đặc, như thể múc ăn được. Thạch Xung quyến luyến cô và vui sướng vì sự thân thuộc mà cô dành cho mình. Thị đã tặng Thạch Xung một chiếc khăn tay thêu tên cô với ước mong họ sẽ không bao giờ quên nhau.

4. CHIẾN TRANH

Thời của con người chất phác và thái bình qua đi. Một tối, những người đàn ông xa lạ xuất hiện. Họ chĩa súng vào từng nhà và mời mọi người đến nhà ông Thày họp.

Hầu như tất cả thanh niên và người lớn ở Rume có mặt. Năm ấy, Xung và Thị đã bước qua tuổi thơ ngây. Xung đi với ông bố. Thị và cha mẹ cũng đến.

Những người lạ mặt đeo súng gác chung quanh, trong số ấy dân làng phát hiện ra có thằng Thạch Xâm con ông Thạch Xanh và bạn nó, thằng Nhậm con ông Thọt chuyên nuôi heo nọc. Bất ngờ và lo âu, dân làng thầm thì… Hai thằng con nít ranh, tại sao bọn chúng lại cầm súng?

Ông Thày bảo mọi người ngồi xuống. Ông giới thiệu đồng chí trưởng nhóm du kích, người sẽ chủ trì cuộc nói chuyện với bà con về tình hình đất nước hôm nay.

Ông Thày khẩn thiết, "Mọi người hãy vui mừng chào đón quân giải phóng..."

Không ai biết ông Thày có liên quan gì với nhóm người này không. Nhưng dáng vẻ bình tĩnh của ông cũng khiến mọi người an tâm. Phần ông thày, ông biết mình đang phải đối diện với một tình thế đặc biệt nhạy cảm, liên quan đến sự an nguy của cả dân làng.

Dẫu sao, súng ống không phải là điềm lành.

Đồng chí trưởng nhóm du kích có khuôn mặt rắn rỏi và

sắc lạnh, phát biểu:

"Kính thưa bà con,

Cuộc kháng chiến cứu nước đã bắt đầu. Bà con hãy phấn khởi và tin tưởng cuộc cách mạng của nhân dân ta nhất định sẽ thành công. Hãy đoàn kết một lòng, dưới sự lãnh đạo của Mặt trận Giải phóng…"

Ông ta nói về sự nô lệ của đất nước vào ngoại bang, tội ác của quân thù… Người ta nghe và cũng chỉ biết vậy thôi. Làng Rume vẫn yên ả như hồi nào, người ta không nhìn thấy kẻ thù cũng như không biết mình là nô lệ.

"Ai có ý kiến gì không?"

Trước họng súng, chỉ có sự im lặng nín thở.

Đột nhiên lão Thọt đứng lên xin nói, "Thưa đồng chí cách mạng, chúng tôi phải đóng góp như thế nào?"

"Ai có gạo góp gạo. Ai có thuốc góp thuốc. Ai có quần áo vải vóc góp quần áo vải vóc. Ai có tiền góp tiền… Cách mạng cần tất cả mọi thứ. Đồng bào ủng hộ cái gì cứ để đồ trước cửa, ban đêm chúng tôi sẽ có người đến nhận. Xin cám ơn đồng bào. Riêng các bạn trẻ, chúng tôi mong sẽ được đón nhận các bạn, cả nam và nữ. Hãy lên đường vì quê hương." Đồng chí trưởng nhóm du kích kêu gọi.

Tiếp theo, một anh văn công đẹp trai ôm cây đàn Mandolin bước ra. Anh tươi cười hỏi, "Bà con và các anh chị có thích nghe hát không?"

Đám thanh niên nam nữ vừa vỗ tay vừa la hét, "Thích… Thích…"

Anh văn công lễ phép, "Dạ, xin hát tặng bà con và các anh chị một bài hát cách mạng, nói về một thanh niên yêu nước đã hăng hái tòng quân giết giặc. Mong rằng tất cả thanh niên chúng ta cũng sẽ hăng hái như anh. Chúng ta cùng nhau giết giặc giải phóng quê hương…"

Anh cất tiếng hát, rừng đêm lặng xuống và mọi người nín thở lắng nghe. Giọng anh ấm và vui nhộn.

"Có anh Ba Hưng

Vốn thiệt nông dân

Đi lính hơn năm trường

Vừa mới được huân chương

Thằng Sáu thấy anh nó mừng

Cái thằng nhỏ xíu mà khôn (sao mà khôn)

Nó khen nó khen anh hoài à

Nó nói rằng anh có tài

Nó nói mới một năm nay

Mà anh đã bắn

Giết Tây hơn trăm thằng…" (*)

Đêm bỗng trở nên phấn khởi, rộn ràng và tin cậy. Các cô gái ngây ngất. Các chàng trai bừng máu nóng hào hùng.

(*) Lời nhạc Trần Kiết Tường

Một sáng thức dậy, dân làng Rume bàng hoàng thấy xác ông Thày nằm sấp giữa sân, hai tay bị trói quặt ra sau lưng, cổ đứt lìa. Một bản án dán trên người: "Phản động - Tay sai bán nước".

Cái chết ấy để lại một số câu chuyện đồn đoán về những hành tung bí mật của ông Thày, không ai kiểm chứng được.

Dù thế nào, ông vẫn được mọi người ở Rume kính trọng. Thạch Xanh nghiêng người vái lạy thây ma lấm lem và bê bết máu như một nghĩa cử tâm linh truyền thống. Có lẽ ông Thày đã bị đánh đập tàn nhẫn trước khi bị giết.

Thạch Xanh nói nhỏ, "Không ai đáng bị trói buộc sau khi chết."

Rồi ông cúi xuống cởi trói cho ông Thày. Sau đó, ông vào nhà mang ra một bộ quần áo sạch sẽ và một cái mền. Vài người giúp ông Xanh khâm liệm cho Thày và cố gắng giữ cho cái đầu được liền với cổ. Quấn xác ông trong cái mền cũ, họ đào đất chôn ông ngay cạnh lô cốt.

Không một nghi thức nào được cử hành. Họ đứng im lặng nhìn quanh quất ngôi nhà rồi đây sẽ bị bỏ hoang như cái lô cốt nhiều ma, trước khi rời đi.

Hôm sau, bà Xanh lén lút dẫn Thạch Xung đến trước mộ. Bà cầu nguyện cho linh hồn ông được an nghỉ.

Trong cơn xúc động tột cùng, bà cầm tay con nói, "Người này mới thực là cha của con."

Thạch Xung gục đầu không phản ứng gì. Vẫn một vẻ lầm lì như đá tảng nhưng đẫm đầy nước mắt. Trước giờ, Thạch Xung vẫn coi ông Thày như người cha thứ hai của mình.

Hôm sau nữa, Thạch Xung lấy chiếc xe đạp cùng con chó của ông Thày bỏ nhà, bỏ Rume đi, khi trời còn chưa sáng. Không từ biệt một ai.

Đấy cũng là lúc bà Mắm lặng lẽ quì trước mộ ông Thày, khóc thút thít. Thị cũng khóc, người cha chưa kịp nhận của cô đã mất.

Rume không còn bình an. Cái chết của ông Thày khởi đầu cho một Rume tan rã.

Thỉnh thoảng Rume lại mất đi một thanh niên. Có kẻ nhảy núi vào bưng biền. Cũng có kẻ chạy về thành phố. Rume có một bầu khí khác. Dè dặt và nghi kỵ. Rồi không chỉ từng người, mà từng gia đình bỏ làng ra đi. Rume hoang mang. Không một ai trở lại. Rume hoang vắng dần và tràn đầy lo âu.

Người ta bắt đầu nghe thấy tiếng súng, tiếng bom nổ. Buồn bã đâu đó. Rừng vẫn nghìn trùng âm u. Đôi khi, rừng bốc cháy bởi những cuộc giao tranh. Thạch Xanh thay ông Thày đóng vai trò của trưởng làng. Ông giao tiếp với cả quân giải phóng trong rừng và chính quyền sở tại. Thạch Xanh sẽ ở lại mãi mãi với Rume, dù bom đạn tàn phá Rume không còn một mái che.

Bám trụ lại với Rume là một chọn lựa không thể khác của vợ chồng Thạch Xanh. Con trai của họ, Thạch Xâm vẫn quanh quẩn đâu đó trong rừng và nó cần được tiếp tế lương thực, thuốc men. Tình thương của họ dành cho đứa con vượt qua mọi nỗi sợ, mọi lập trường quan điểm, bên này bên kia. Vả lại, với bà Xanh còn là phần mộ của ông Thày cũng cần được tưởng nhớ. Thỉnh thoảng bà vào lô cốt quét dọn. Ở đó, bà sống lại thời thanh xuân của mình. Những nụ hôn ngọt ngào.

Những đắm chìm tận tuyệt. Và sự giải thoát khỏi mọi gánh nặng.

Có lần, bà Xanh bắt gặp bà Mắm ngồi rũ liệt trong lô cốt. Cô đơn và cam chịu. Và bà hiểu điều ấy có ý nghĩa gì. Hai người đàn bà im lặng nhìn nhau. Thấu hiểu và nâng đỡ, họ cầm tay nhau cùng khóc.

Việc vợ chồng ông Muối bà Mắm bằng lòng ở lại Rume, có thể coi là một thành tích xuất sắc của lão Thọt. Thằng Nhậm con ông đã truyền đạt lại yêu cầu sinh tử này từ cấp trên trong rừng và lão Thọt thi hành theo nghị quyết, cửa hàng tạp hoá của nhà Muối – Mắm trở thành trạm giao liên, cũng như nguồn cung nhu yếu phẩm chính cho cách mạng và dân làng.

Nhưng cũng vì thế, số phận của nhà này đã được định đoạt phải hy sinh. Ngày định mệnh đến, ông Muối bị an ninh quân đội của phe quốc gia bắt. Và ông ta đã không bao giờ trở về.

Không còn kế sinh nhai, Thị đưa mẹ về thành phố kiếm sống. Những đứa em cô được Nhậm đưa vào rừng. Sau đó, chúng được đưa đi tiếp ra Bắc.

Số gia đình ở lại Rume vẫn còn hơn một nửa. Thuật ngữ chiến tranh gọi đó là vùng xôi đậu. Ban ngày, quốc gia kiểm soát. Đêm đến, Rume thuộc về quân giải phóng thống trị. Mỗi bên đều có những chính sách của mình, vừa tranh thủ dân chúng ủng hộ vừa ngăn chặn họ theo phe bên kia. Đời sống của người dân bị giám sát đến từng lít dầu hoả, lượng gạo ăn hàng ngày, thuốc men cần thiết và thái độ sống.

Rume kham nhẫn chịu đựng càn quét của bom đạn và bắt bớ của cả hai bên. Trẻ con vừa lớn lên đã buộc phải cầm súng, carbine hay M-16 của lính Cộng hoà, hoặc

AK 47 của quân giải phóng. Chính nghĩa và lòng yêu nước chia đều cho mỗi đầu người. Khẩu phần ác ôn côn đồ cũng không để một ai thiệt.

Đại uý Hổ Cáp, Chi khu phó của quận rất thích nhậu món lòng bò xào ở Rume. Thỉnh thoảng ông sai lính đi mua sẵn mọi thứ và mang đến cho Thạch Xanh nấu. Ẩm thực là một nghệ thuật, món ăn ngon là nhờ người biết chế biến. Không ai giỏi hơn và sành điệu hơn Thạch Xanh về các món thịt. Tính độc đáo trong chế biến của ông là chỉ dùng các nguyên liệu và gia vị từ rừng. Đại uý Hổ Cáp vẫn coi Thạch Xanh là bảo bối của mình. Vì thế, ngài không thích nhậu ở đâu ngoài Rume, cho dù Rume là một ngôi mộ đã đào hố sẵn... chờ ngài nằm xuống. Chiến tranh đủ qui mô để con người coi cái chết là một trò chơi.

Chỉ có món ăn ngon thì chưa đủ, trên xe Jeep của đại uý Hổ Cáp bao giờ cũng có một bi đông đầy rượu thuốc. Mặt ông ta lúc nào cũng bừng bừng máu, ông uống rượu như giải khát.

"Nào, vô..." Đại uý cụng ly mời ông Xanh và lão Thọt. Cạn ly.

Sau khi "khà" một tiếng sảng khoái, Thạch Xanh nhận xét, "Rượu của đại uý ngon thiệt. Nhưng tôi thấy dường như có một vị rất lạ, không phải thuốc?!"

Đại uý Hổ Cáp cười to, "Ông giỏi."

Lão Thọt tò mò, "Tôi cũng thấy rất lạ. Đó là gì thưa đại uý?"

Đại uý nhìn thẳng vào mắt lão Thọt nửa đùa nửa thật, "Tai bọn phiến loạn. Ngâm và hạ thổ đúng trăm ngày."

Mặt lão Thọt không biến sắc, gật gù... "Thảo nào."

Rồi lão tỏ ra niềm nở, "Tôi mới bắt được con trĩ. Bữa nào rảnh mời đại uý đến thử món tôi nướng. Nhớ mang rượu thuốc đến cho bọn tôi được hưởng lộc đại uý."

Đại uý tươi cười, "Tất nhiên."

Sở dĩ ngài Hổ Cáp vẫn tự tin đến Rume nhậu bởi sau lưng Rume có tiền đồn của một trung đội Địa phương quân trấn giữ. Nhưng đại uý quên mất rằng, đã có một qui ước bất thành văn, tôn trọng tính xôi đậu của Rume trong một chừng mực nhất định để người dân và lính của hai bên cùng sống.

Tiếc thay, lộc của đại uý Chi khu phó đã hết. Không ai biết chắc rượu thuốc của đại uý có ngâm tai người thật hay tắc kè, rắn rết thế nào. Nhưng xe của ngài Hổ Cáp đã bị đánh mìn trên đường đến Rume nhậu trĩ nướng nhà lão Thọt. Đại uý và một thiếu uý cùng tài xế chết tại chỗ. Cả chi khu chấn động. Dân chúng quanh vùng cũng xôn xao. Những cái chết ấy được quân đội tuyên dương như tử sĩ và cả ba người họ đều được truy thăng lên một cấp. Họ sẽ được chôn cất trong nghĩa trang quân đội ở thành phố, nơi các chiến hữu của họ vẫn trở về an nghỉ. Mỗi ngày một nhiều.

Ngay sau đó, Rume bị càn quét. Cả Thạch Xanh và lão Thọt đều bị bắt. Lính Cộng hoà tìm thấy trong căn hầm sát chuồng heo nhà lão Thọt ba du kích đang trốn. Trên người chỉ có chiếc quần xà lỏn, họ bị bắn ngay tại chỗ. Một chiếc xe cam nhông đến chở ba cái xác ấy về trung tâm quận rồi quăng xuống giữa bùng binh chợ, phơi thây họ như một cáo thị cho dân chúng về tội ác (phe bên kia) và của cái ác (phe bên này).

Trong số ba cái xác tái nhợt ấy, có một người là Nhậm, con trai cả lão Thọt. Sau một ngày phơi nắng, bà Thọt xin được mang xác con và hai đồng đội của cậu ấy về chôn.

Một đám trẻ con chạy theo chiếc xe bò chở ba tử sĩ du kích và bà Thọt đến tận chân cầu mới thôi. Trên con đường vắng trở về Rume chiều hôm ấy, chỉ còn lại bà Thọt căm lạnh và con bò lầm lũi kéo xe chầm chậm mang theo những cái chết trẻ của quê hương.

Hai năm sau Thạch Xanh được thả. Lão Thọt đã chết trong tù từ lâu.

Cuộc sống ở Rume khó khăn cùng cực hơn, tất cả người dân đều bị kiểm tra khám xét khi ra vào làng. Những gì họ mua đều được ghi vào một cuốn sổ theo dõi. Và họ sẽ không được mua nhu yếu phẩm quá tiêu chuẩn do chính quyền ấn định cho mỗi nhân khẩu trong tháng. Chính quyền không muốn họ tiếp tế cho du kích. Nhưng du kích vẫn mỗi ngày một nhiều. Họ trường kỳ chiến đấu không mệt mỏi.

5. THÀNH PHỐ

Thành phố xa lạ và quyến rũ. Sự nhộn nhịp của nó như những hơi thở gấp, nó làm nhịp tim con người đập nhanh hơn. Vội vã hơn. Trong túi chỉ có mấy đồng bạc lẻ mà Thạch Xung tìm thấy trong nhà ông Thày, cậu ta mua một ổ bánh mì không. Và uống một ly nước mía lạnh buốt. Thạch Xung tự nhủ, những con thú hoang đơn độc trong rừng còn kiếm được miếng ăn, thì mình không thể chết đói.

Xung vào chợ lân la hỏi mấy vựa bán hàng hỏi, "Có thể thuê tôi khuân vác được không?"

Xung khoẻ mạnh, vững chãi và có vẻ chân chất của người từ quê ra, những người buôn bán sành sỏi hoàn toàn có thể đánh giá cậu một cách chuẩn xác. Một bà mập mạp, phúc hậu có vựa trứng lớn nhìn cậu từ đầu xuống chân.

"Cậu có thể làm cho tôi và mấy người bạn tôi quanh đây. Chúng tôi trả tiền cho cậu đủ sống."

Thạch Xung cúi đầu, "Dạ, con cám ơn."

Bà hỏi, "Cậu ăn ngủ ở đâu?"

Xung thành thật, "Cháu mới ở quê ra, chưa có chỗ ăn ở."

"Tại sao lại bỏ nhà đi?"

Một câu hỏi hình sự, Thạch Xung hơi chột dạ nhưng vẫn điềm tĩnh trả lời, "Cha cháu mới mất."

Bà chủ vựa trứng quyết luôn "Cậu có thể ngủ lại trong

vựa này, nhưng đừng ăn trứng sống của tôi, đau bụng đó."

Những người chung quanh cười rộ. Cậu nhóc chỉ biết dạ.

Thạch Xung đã bắt đầu cuộc sống ở thành phố như thế. Ai sai gì cậu cũng làm, nhanh nhẹn và vui vẻ. Chỉ mấy ngày, cả chợ ai cũng biết cậu và thương cậu. Mấy tay anh chị trong khu vực thấy cậu đàng hoàng cũng để yên cho cậu kiếm sống.

Qua được một năm, Thạch Xung đã quen với đời sống ở chợ búa cũng như thành phố. Xung đang nghĩ cách để đi học thêm thì một buổi tối, chiến dịch lùng bắt quân dịch của chính quyền đã hốt cậu vào quân trường. Con người bị ném vào chiến tranh như miếng thịt ném cho thú dữ trong sở thú.

Không xả thân cứu nước, không anh hùng ca. Chỉ là "quân trường đổ mồ hôi, chiến trường bớt đổ máu." Xung bắn súng giỏi như một năng khiếu. Nhưng Thạch Xung không muốn giết người, không muốn một lúc nào đó phải đối đầu với em trai mình. Vì thế, ngay khi ra khỏi quân trường, Thạch Xung đã đào ngũ.

Tìm đến Hai Mạnh, một trong những tay anh chị hùng cứ các bến bãi, nhà hàng mà Xung từng biết hồi làm khuân vác ở chợ, "Anh có thể giúp em làm một giấy hoãn dịch giả được không?"

"Thế chú mày có tiền trả không?" Tay anh chị hỏi.

Xung lễ phép thưa, "Anh biết hoàn cảnh của em rồi. Em chỉ có thể trả góp thôi."

Tay anh chị cười kha kha, "Chú mày cũng biết đùa nhỉ."

Bất ngờ, hắn tát Thạch Xung một cái như trời giáng. Cậu vẫn đứng thẳng chịu trận không nhăn nhó.

"Nè, tao hỏi thật. Trong quân trường mày học được cái gì?"

"Dạ, bắn súng."

Đao kiếm hay súng ống, xưa nay vẫn là thứ vũ khí để giết người và nó gắn bó với lịch sử con người như một thuộc tính. Một cám dỗ huỷ diệt, mãnh liệt và ám ảnh. Vì thế, vũ khí mỗi ngày một tinh vi và hiệu quả hơn. Nó cũng lôi cuốn con người hơn. Mang đao kiếm hay súng ống không chỉ là tự vệ hay giết người, mà nó nâng cấp và thị uy bản ngã. Sẽ không lạ, nếu Thạch Xung thích có một cây súng.

"Đi theo tao."

Tay anh chị chở Xung ra ngoại ô trên chiếc xe gắn máy phân khối lớn.

Vào rừng cao su, hắn đưa khẩu Colt.45 cho Xung, bảo "Mày chọn một mục tiêu bắn thử tao coi."

Thạch Xung cầm khẩu súng lục bóng lưỡng, mân mê và cân nhắc độ nặng nhẹ. Nhìn ra xung quanh, Xung chỉ một trái cao su đang lủng lẳng trên cành, nói "Trái đó." Và bóp cò. Trái cao su vỡ toang.

"Một trái nữa." Xung chỉ về hướng quả cao su xa hơn, nổ súng. Trái cao su vỡ cùng tiếng nổ.

Xung nâng hai tay trả cây súng còn đang nóng cho đại ca.

Ôm vai Xung, Hai Mạnh khen "Được lắm. Nghe này, tao không đi ăn cướp, nhưng thằng nào cướp của tao nó phải đền tội. Mày làm được không?"

Xung nhìn thẳng vào mắt Hai Mạnh, "Em không thích giết người. Đó là lý do em đào ngũ. Nhưng em có thể khiến kẻ thù sợ hãi."

Hai Mạnh giơ tay cho Thạch Xung bắt. "OK. Tao không bảo mày giết người. Đi theo tao, no đói có nhau."

Hắn chở Xung về nhà. Lần đầu tiên Xung say đến không biết gì.

Hai Mạnh dành cho Xung một phòng riêng và anh ta cũng chấp nhận cho Xung đi học thêm theo mong ước. Chỉ trong vòng ba năm Xung đã lấy được bằng Tú tài I. Nhưng phải mất thêm hai năm nữa Xung mới lấy xong bằng Tú tài II.

Cũng trong thời gian ấy, Thạch Xung luyện phóng dao. Bất cứ lúc nào rảnh hoặc giải lao khi học hành, Xung đều tập phóng dao trước những tấm ván to nhỏ khác nhau, cũng như những vị trí khác nhau. Trên những tấm ván ấy, Xung vẽ hình những con thú đang chạy. Cuộc săn thú của chàng không hận thù, không giải trí giải sầu. Đó là một bài tập về sự kiên định và cách tồn tại. Lạnh lùng nhưng quyết liệt.

Từ cận vệ, Xung đã có thể làm quân sư cho Hai Mạnh. Họ không chỉ bảo kê cho các cơ sở làm ăn như vũ trường, sòng bạc mà còn có những cơ sở kinh doanh riêng.

Nhưng trước khi đến được thành công và giàu có, họ đã trải qua nhiều cuộc hỗn chiến đẫm máu. Xung khét tiếng giang hồ, không phải vì độc ác mà ở tài bắn súng và phóng dao. Tất cả những ai được Xung nhắm đến đều bị bắn gãy chân ngay phát đầu tiên hoặc một mũi dao ghim vào vai. Vì thế, không một đối thủ nào muốn đối đầu trực tiếp với Xung, trận chiến nào có Xung xuất hiện, họ sẽ cầu hoà hoặc bỏ chạy.

Dẫu sao cũng là những chuyện chẳng đặng đừng.

Thạch Xung vẫn nung nấu một hướng đi khác, nhiều tham vọng hơn và có ý nghĩa hơn cho chính mình. Vì thế, chàng luôn dành ưu tiên thời gian có thể cho việc đọc sách. Với Xung, sách thực sự là niềm an ủi và giải thoát cho những lấm lem của cuộc đời chàng. Và trong tận đáy lòng, ông Thày nho nhã vẫn là một hình tượng để chàng kính ngưỡng.

Giữa những Mai, Lan, Cúc, Huệ… những đoạn đường ngộ nạn sắc dục và những đêm dài trống trải, Xung nhớ Thị, nhớ mẹ. Từ ngày Xung bỏ nhà đi, chàng không có bất cứ tin tức nào về họ. Chiến tranh lan rộng, Xung không nghĩ rằng Rume còn có thể tồn tại.

6. HẺM

Cuối con hẻm ngoằn ngoèo là một con kênh. Mùi hôi thối của mọi thứ chất thải bốc lên và bọc kín con người. Thở ra và hít vào đều là cặn bã. Hai mẹ con Thị sống trong một căn lều chống cọc trên dòng nước đen, sàn và tường đều được ghép bởi những mảnh gỗ thông tạp nhạp. Thoáng và thối là một. Mái tôn thấp, nắng thì nóng, mưa thì ồn. Sống động cùng với những âm thanh tục tĩu của hàng xóm suốt ngày đêm. Ở đó, mùi của Thị, của bà Mắm chỉ còn là một tiểu tiết mờ nhạt trong tổng thể các mùi trần gian, mà chỉ những ai có cơ hội ôm họ mới nhận biết được. Nhưng đã chẳng còn ai phát hiện ra cái bí mật quyến rũ ấy.

Thị làm thuê, làm mướn. Thị buôn thúng bán bưng. Thị rong ruổi mọi hang hốc của thành phố. Vẫn bữa đói bữa no. Vẫn tin vào cuộc sống. Vẫn tin vào lòng yêu thương của Chúa nhân lành.

Khi lính Mỹ và đồng minh đổ quân vào Việt Nam đã tạo ra rất nhiều công ăn việc làm cho người dân. Những người lính viễn chinh ấy cũng mang đến một thứ văn hoá khác, một cách sống khác. Phóng túng và vội vã, nhân bản và phi lý mang nhịp điệu chiến tranh. Nhanh nhưng không hời hợt. Một phức hợp hiện sinh đa đoan, trầm uất và bạo động.

Thị tìm được việc làm cho một đơn vị quân đội Mỹ. Cô nhận thầu giặt quần áo cho lính. Không cần tài năng, chỉ cần chăm chỉ. Trong những đống quần áo dơ bẩn, đôi khi cô cũng tìm thấy những đồng dollar sạch bị bỏ quên trong túi. Những người lính Mỹ mà cô gặp, thỉnh thoảng họ cũng tặng cô những khẩu phần ăn của họ. Từ trái cây tươi như cam, táo… đến những loại đóng hộp như bột trứng gà, thịt, cá, chocolat, bơ, sữa… những thứ mà trước đó chỉ có thể là mơ. Ăn không hết cô đem bán. Việc của cô nhiều, cô chia bớt cho hàng xóm cùng làm.

Thị không còn nghèo nữa. Cô có điều kiện để chăm sóc bản thân, mùi thơm của cô lại phát tiết. Bọn lính Mỹ rất thính mũi. Chúng khám phá ra cô như một kỳ quan ẩn giấu. Thị bỗng như công chúa vụt chói loà từ một cô gái lọ lem. Họ mời cô vào câu lạc bộ chơi. Ở đó, cô được ngưỡng mộ bởi tất cả, từ anh binh nhì đen đúa đến những viên sĩ quan hào hoa. Cô nhớ những ngày bán rượu ở Rume, bọn đàn ông con trai cũng vây lấy cô. Cô nhớ Thạch Xung đã lưu lạc. Rượu đế quốc ngon hơn rượu đế quê hương, cô rất thích. Có lẽ đó là khoảng đời huy hoàng nhất của Thị và cô tận hưởng nó không kiêu mạn, bởi cô đáng được hạnh phúc như thế một cách tự nhiên. Có điều kỳ lạ mà cô không tưởng tượng được, cô đã trở thành "nàng thơ" của vài chàng thi sĩ mang súng giết đồng bào cô. Họ đọc cho cô nghe những bài thơ của họ, dù không hiểu hết, nhưng cô biết họ muốn nói gì. Em là một bông hoa của hoà bình. Một con chim của sự thánh thiện. Là niềm an ủi của những đứa con xa nhà, những linh hồn sa đoạ.

Tuy nhiên, cô biết mình là ai, một người nhận thầu giặt quần áo. Cô giữ mình trong sạch như những bộ đồ cô giặt.

Trong số những anh lính đột biến thành nhà thơ, anh chàng tên James mê đắm cô nhất. Hắn quyết liệt theo đuổi cô như bảo vệ một lý tưởng. Cái đẹp thuần khiết của con người bất chấp nghịch cảnh. Hắn theo cô về nhà.

Nhìn cảnh cô sống, ngửi cái mùi cô hít thở hằng ngày, James bảo "Em phải đi khỏi đây".

"Em có thể đi đâu?"

"Bất cứ đâu em muốn." Sự chân thành của James khiến Thị cảm động.

James thuê cho mẹ con Thị một căn nhà khang trang. Họ tới đó sống, nhưng Thị vẫn thường xuyên trở lại xóm cũ để tiếp tục công việc giao và nhận đồ giặt.

Vốn có máu kinh doanh được di truyền từ cha mẹ, Thị phát hiện ra hàng hoá phục vụ cho quân đội Mỹ là một mỏ vàng lộ thiên. Cô chỉ việc khuân nó từ các cửa hàng PX ra chợ thì vàng đó vào túi cô. Việc không quá khó hay vất vả, James và các bạn anh sẵn sàng giúp cô. Vả lại, cô cũng không để ai thiệt. Thị sòng phẳng chia hoa hồng cho họ với lòng biết ơn, nhưng cũng dứt khoát từ chối điều mà họ muốn nhờ cô lại như tìm kiếm ma tuý. Bởi cô biết đó là tội ác.

Những cô gái bán bar trong Câu lạc bộ Mỹ nể phục Thị. Nhưng họ không giống Thị và không thể kiếm tiền như Thị. Họ chỉ muốn những anh lính Mỹ xa nhà tự nguyện móc tiền nhét vào trong xú chiêng hoặc quần lót của họ. Niềm vui và tiếng cười của họ giòn giã như tiếng súng. Một trong những cô gái ấy trở thành bạn thân của Thị, Mimi Đen.

Mimi Đen sinh đẻ ở thành phố. Học xong Trung học đệ nhất cấp, cũng là lúc mối tình đầu của cô tan vỡ. Bạn trai của cô đi lính. Cô bỏ học và theo mấy chị hàng xóm đi bán bar. Cô muốn tự vùi dập mình như cô muốn tự do. Những kẻ mất niềm tin tìm thấy sự trác táng và hoang dại của Mimi Đen như một bản thể chân thực của chính họ và họ lao vào cô như thiêu thân.

Đổi lại, Mimi Đen nhận ra cái điên cuồng của bọn lính xâm lược này như một chỗ bám víu cho sự trôi dạt của mình. Và đó là chiến tranh, thời của những mất mát và đau thương. Cuộc cách mạng tình dục ở Việt Nam dường như đã bắt đầu trong một bối cảnh như thế. Make love not war, những kiểu cọ mới thay đổi truyền thống, trên / dưới và xuôi / ngược. Sự hỗn loạn giới tính trở nên phổ biến hơn. Nhân danh chiến tranh, tình dục không biên giới và không giới hạn. Tình dục giải thoát cái chết và an ủi những tuyệt vọng.

Mimi Đen kể cho Thị nghe cuộc sống của mình. Không bi kịch. Không oán trách.

Cô nói, "Đôi khi làm tình, em nhớ đến những gã đàn ông chết trận mà hơi thở của họ vẫn còn bám trên da em… Khi ấy, em có cảm giác như mình đang ôm một xác chết khác. Và em cũng là một xác chết, trôi tụt xuống. Chị có biết cảm giác ấy không?"

Thị không biết, nhưng điều ấy làm Thị thương James. Thương những chàng trai ngoài kia, những kẻ đang lao vào lửa.

Một trong những người thích Mimi Đen, Thomas gốc Nam Phi với vẻ mặt hiền lành, luôn chăm sóc Mimi Đen như em gái, vừa bị thương trong một trận phục kích của quân giải phóng. Cô vào thăm anh trong bệnh viện dã chiến và nhìn thấy anh đã bị cưa mất một chân. Cô khóc.

Thomas ôm cô, "Anh vẫn còn đi được mà."

Cô gật gật cái đầu nhưng vẫn khóc.

Thomas lại đùa, "Anh rảnh rồi, có thể đưa em đi khắp thế giới."

Thị hỏi Mimi Đen, "Em có muốn đi với Thomas không?"

"Em cũng không biết nữa." Mimi Đen trả lời. Rồi cô hỏi lại Thị, "Chị sẽ theo James về Mỹ chứ?"

Thị không tỏ ra vui hay buồn, "Chị sẽ đi."

James là người chân thành. Thomas cũng chân thành. Nhưng Mimi Đen thì khác, cô có cuộc đời của cô.

Hai năm sau James giải ngũ về nước.

Trước khi đi, James nói với Thị, "Anh sẽ quay lại đón em và mẹ."

Nỗi ám ảnh về chiến tranh Việt Nam với James không phải là những cuộc ném bom B.52 rung chuyển trời đất, cũng không phải là những tên du kích lì lợm, nhà cháy và xác người, mà là một cô gái ngây thơ bị bao vây bởi những gã lính viễn chinh đói khát tình dục vẫn thủ dâm ngay trên bàn rượu. Nỗi ám ảnh khiến James bứt rứt, anh sợ một bi kịch. Anh sợ nỗi sợ của đồng đội anh giữa những bất trắc của sống chết và sợ những rủi ro cho Thị. Nhưng lời hứa trở lại của James phải mất hơn ba năm mới thành hiện thực. Anh học tiếp cho xong đại học và kiếm được việc làm mới qua Việt Nam tìm Thị. Cô cùng mẹ đi Mỹ. Điều duy nhất làm Thị băn khoăn là không biết Thạch Xung giờ ra sao. Giữa một thế giới đầy hiểm nguy, cô còn cơ hội nào để gặp lại anh không? Cô lo lắng cho anh nhưng cô biết chẳng có một hy vọng nào. Lòng cô trống rỗng, nước Mỹ không phải là nơi cô mơ ước. Nhưng cô không muốn ở lại nơi mà người ta gọi cô là Me Mỹ. Một từ xúc phạm đến sự tôn nghiêm chân thật của cô. Thị đã lưu vong từ trước khi rời bỏ quê hương.

7. NHỮNG NGÃ BA LẠC LỐI

Ni marx ni jesus (Jean-François Revel), theo nghĩa đen của đề tựa này là một thực tế ở thành phố. Mà ngay cả những kẻ sùng tín Marx hay Jesus hoặc Thích Ca cũng bị chiến tranh làm cho nhạt nhoà. Hệ quả của nó như một chút mặt trời trong nước lạnh (Francoise Sagan) như buồn nôn (Jean-Paul Sartre) của những hippie, ma tuý, đĩ điếm... Một chủ nghĩa hiện sinh được hiện thực hoá đồng hành trong cuộc chiến giữa chủ nghĩa cộng sản và chủ nghĩa tư bản.

Trong cơn lốc xoáy ấy, Thạch Xung không muốn cầm súng vì tổ quốc hay một lý tưởng nào, chàng cũng không muốn cầm súng như cách để kiếm miếng ăn, hoặc giết người để bảo vệ cách sống của mình. Chàng yêu sách, đọc sách như vẫn để giải trừ kiến thức (Krishnamurti), như cách giải phóng tâm thức nô lệ. Chiến tranh là một mâu thuẫn và nó tạo ra những mâu thuẫn khác. Hơn bao giờ hết, những mâu thuẫn nội tại xé vụn Thạch Xung. Và đó là một Thạch Xung du đãng. Từ chối làm nghĩa vụ công dân. Phủ nhận thực tại. Mỗi bước đi của Thạch Xung là một hố thẳm (Phạm Công Thiện). Và chàng trở thành hố thẳm, bất khả vãn hồi.

Trong hố thẳm, Thạch Xung đã gặp Mimi Đen tình cờ như gặp một chai rượu ngon. Đằm vì được ủ nhiều năm. Khi ấy Thomas đã về nước và để lại một ống chân ở Việt Nam. Cái ống chân ấy trở thành cái chân thứ ba của Mimi Đen. Cô bước đi bằng cả những cuộc đời của người khác. Vì thế, Mimi Đen không chỉ là một con đĩ, Thạch Xung tìm thấy cô như kẻ cứu chuộc cho thế hệ lót đường của một lịch sử phi lý.

Thạch Xung đưa Mimi Đen về nhà mình. Như một bạn tình. Và tôn trọng cô như một cô giáo. Mimi Đen tìm thấy ở Thạch Xung sự thân thuộc và tin cậy. Họ hạnh phúc. Thạch Xung không muốn Mimi Đen tiếp tục sống trong vũng lầy, cô ở nhà làm một người nội trợ. Nhưng đấy là một sai lầm.

Sự nhàn hạ làm Mimi Đen buồn chán, cho dù Thạch Xung vẫn chiều chuộng cô và thường dẫn cô đến những cuộc vui với bạn bè.

Cô nói với Thạch Xung, "Em muốn làm một cái gì đó."

Nhưng Thạch Xung gạt đi, "Em cứ làm một bà hoàng bên anh là đủ rồi."

Dường như Thạch Xung không hiểu cô.

"Em không muốn là một cái bóng phụ thuộc anh."

Thật ra, Thạch Xung muốn cô đoạn tuyệt với cái thế giới cũ cũng là cái thế giới rác rưởi của anh. Một thế giới của dã thú và sa đoạ. Thạch Xung thật sự mong muốn cô bình an. Nhưng cô không hiểu điều lớn lao mà Thạch Xung mang đến cho cô. Ngược lại, Mimi Đen cảm thấy như mình bị giam hãm.

Đôi khi Thạch Xung nhìn thấy cô hút thuốc lặng lẽ trong đêm. Nỗi cô đơn ấy của cô làm Thạch Xung chạnh lòng đau xót. Nhưng chàng im lặng, tôn trọng sự riêng tư của cô. Thạch Xung trở về thế thủ, co mình lại trong sự cô độc cố hữu.

Càng lúc họ càng xa cách nhau.

Một đêm buồn bã như thế, Mimi Đen tâm sự "Em ước ao có thể đơn giản và hài lòng với những gì mình đang có, như một chị bạn. Một người lính Mỹ yêu chị ấy, mà cũng không hẳn thế, tất cả bọn họ đều yêu chị ấy. Bởi vì chị ấy ngoan cường nhưng dịu dàng."

"Phụ nữ Việt Nam đều thế."

Mimi Đen nói "Không, chị ấy khác tất cả mọi người. Phẩm chất của chị ấy toát ra mùi thơm. Rất kỳ lạ."

"Em nói rõ hơn được không?" Thạch Xung tò mò.

Mimi Đen cố gắng tìm chữ để diễn đạt, "Nó… giống như mùi trái cây. Vừa thanh sạch vừa quyến rũ. Em cũng thích được ôm chị ấy."

Thạch Xung hỏi vu vơ, "Có phải giống mùi trái thị không?"

"Đúng rồi, sao anh biết?" Cô ngạc nhiên.

"Thì anh đoán vậy thôi." Thạch Xung hỏi tiếp, "Giờ chị ấy thế nào?"

Cô nói như để chấm dứt câu chuyện, "Chờ đi Mỹ, theo chồng."

Thạch Xung biết mình cần phải làm gì.

Không khó để Thạch Xung tìm ra chỗ ở của Thị. Khi ấy, James đã về Mỹ. Thạch Xung đến gõ cửa, Thị hiện ra trước mặt anh như một vầng sáng ngập hương. Rất nhanh vầng sáng ấy tan đi, Thị đã là một cô gái chững chạc, bình dị. Dù nhiều năm xa cách họ vẫn nhận ra nhau. Thị ngã vào vòng tay anh như một ảo tượng. Cô rướm nước mắt. Chúng ta vẫn sống. Đấy là hạnh phúc. Cũng là may mắn.

Thị gọi vào trong, "Mẹ ơi, ra xem ai nè."

Bà Mắm bước ra, nhìn thấy Thạch Xung, bà reo lên, "Con…"

Anh cười vui sướng, "Con Xung đây."

Cuộc hội ngộ ấm cúng và bỗng nhiên huyên náo. Một thực tại không phải trong một thành phố tao loạn, mà là một thực tại yên bình của Rume. Cõi miền của ẩn mật chìm khuất. Hỏi và trả lời, họ kể cho nhau nghe những đoạn đời đã đi qua, nhưng vẫn có một khoảng trống mà Thạch Xung che giấu. Một hiện tại mù mờ và không thể lý giải. Có thể đó cũng là lý do Thạch Xung không cho Mimi Đen biết anh đi tìm Thị.

Thị cũng hiểu có điều gì đó Thạch Xung không muốn cho cô biết. Tuy nhiên, họ vẫn cảm thấy thân thuộc như người nhà, như tình yêu, mà cũng không hẳn thế. Bởi vì điều ấy chưa hề được nói ra, chưa hề được xác định bởi bất cứ hành vi nào.

Nhìn hai đứa trẻ nói chuyện, bà Mắm tin rằng chúng là anh em ruột thịt bởi những nét hao hao nhau trong cung cách cũng như hình sắc. Nhưng bà im lặng, vì bà không lường được phản ứng của Thạch Xung. Bà cũng không biết Thạch Xung có biết sự thật mình là con ai không. Nhất thời, bà nghĩ cần phải ngăn ngừa chúng yêu nhau như trai gái, trước khi điều đáng tiếc có thể xảy ra.

Chỉ sau vài lần gặp gỡ, bà Mắm đã thấy Thị thân thiết với Thạch Xung hơn.

Bà quyết định phải nói với con gái trước khi quá muộn, "Mẹ muốn cho con biết chuyện này."

Thị chờ đợi mẹ nói tiếp.

"Có thể thằng Xung là anh ruột của con."

Thị thảng thốt, "Mẹ nói gì? Có thể là sao?"

Bà Mắm ôm con, "Mẹ đã gặp bà Xanh ở chỗ Thày tức cha con, khi ông ấy mới mất. Và mẹ biết thằng Xung là con của bà ấy với Thày. Cũng như bà Xanh biết con là con của mẹ với ông ấy."

Thị rùng mình, một chút hoảng hốt và sợ hãi thoáng qua. Rồi cô bình tĩnh lại, Thạch Xung là anh ruột cô thật thì cũng vui. Nhưng cũng như mẹ cô, cô không dám nói sự thật với Thạch Xung.

Một lần, khi Thị đang ở trong bếp nấu ăn, Thạch Xung đến phía sau và ôm lấy cô, không nói gì. Trong một khoảnh khắc đầy xúc cảm, Thị đứng yên cho anh ôm.

Sau đó, cô gỡ tay anh ra, "Em có chồng rồi."

"Không, James chưa phải là chồng em."

Cô nhìn thẳng vào mắt anh, "Nhưng em không thể phản bội anh ấy."

Xung bất chấp, "Anh sẽ không để mất em."

Thị gần như năn nỉ, "Vẫn còn có cách khác mà."

Giọng chắc nịch, Xung nói "Không, chẳng có cách nào khác ngoài việc chúng ta yêu nhau."

"Cứ như bây giờ không tốt sao?"

"Anh không thích nửa vời. Anh cũng không muốn em lấy James."

Thị không bình tĩnh được, "Anh quá đáng."

Thị vào phòng đóng cửa. Thạch Xung cũng bỏ về.

Hôm sau, Thạch Xung quay lại. "Anh xin lỗi."

Thị không vui.

"Lẽ ra, anh không nên can thiệp vào đời em." Thạch Xung không còn biết phải làm thế nào. Anh buồn bã nói "Thôi, anh về."

Thị giữ anh lại. "Anh đừng về. Để em làm món chả tôm cho anh ăn."

Đấy là món Thạch Xung thích. Đậu hũ trắng, trứng và tôm tươi giã nhuyễn, trộn đều rồi chiên. Ăn với rau sống.

"Em chỉ còn mẹ và anh là người thân thiết. Vì thế em sẽ chăm sóc anh như anh trai của em."

Thị vào bếp. Thạch Xung ngồi hút thuốc. Anh có thể coi Thị như em gái không?

Đêm hôm ấy, Thạch Xung nằm ôm Mimi Đen với lòng biết ơn và thương cảm. Tuy nhiên, họ đã không thể làm tình.

Mimi Đen hỏi Thạch Xung, "Anh có gì muốn nói với em, phải không?"

Thạch Xung nhắm mắt, "Anh đã gặp Thị."

"Rồi sao?"

"Cô ấy là người quen anh ở quê."

"Anh đã yêu chị ấy?"

"Có lẽ thế. Nhưng cô ấy chỉ muốn là em gái anh."

"Anh tính thế nào?"

"Chẳng tính gì cả. Anh nhận ra, ai có cuộc đời của người đó. Cũng như em."

Mimi Đen nghĩ, đã đến lúc cô phải tự thu xếp cho cuộc đời mình.

Và một ngày Thạch Xung vắng nhà, Mimi Đen đã bỏ đi như cuộc đời cô vốn phải thế. Thạch Xung không đi tìm cô. Chàng cũng không tìm đến Thị nữa.

8. NHỮNG GIẤC MƠ BỤI BẶM

Chiến tranh càng ngày càng trở nên ác liệt, trong thành phố cũng hỗn loạn hơn. Những cuộc biểu tình, xuống đường liên miên của lực lượng Phật giáo cũng như những kẻ đấu tranh chống chính quyền, chống chiến tranh càng làm cho thành phố thêm ngột ngạt, bất an.

Thạch Xung bị cảnh sát bắt vì tội đào ngũ. Anh bị đưa đi làm lao công đào binh. Cuộc sống dưới đáy địa ngục. Anh nghĩ kiểu gì cũng sẽ chết, mà chết như một con chó ghẻ giữa hai làn đạn thì không đáng, vì thế, anh lại tìm cách đào thoát giữa một trận đánh. Dường như tất cả súng đạn của chiến tranh đều bắn về phía anh. Anh cắm đầu chạy. Chạy và chạy như con sơn dương giữa bày sói. Chạy cho đến khi không còn nghe tiếng súng. Rồi anh thấy mình đứng trước một dòng sông. Ở phía bên kia là sự sống. Và anh bơi qua.

Thạch Xâm đứng trước mặt anh, đầu súng AK chĩa vào đầu.

"Sao anh đến đây?" Thạch Xâm hỏi.

"Anh đào ngũ."

"Giờ anh tính sao? Muốn theo cách mạng à?"

"Không. Nếu có thể em cho anh ít lương thực và thả cho anh đi."

"Nếu anh muốn sống thì theo em."

"Không. Theo em thì cũng sẽ chết."

“Vậy thì anh nên quay lại bên kia sông.”

Thạch Xâm đưa mấy củ khoai cho Thạch Xung rồi bỏ đi.

Không nghĩ ngợi gì, Thạch Xung ngấu nghiến ăn rồi chui vào một bụi cây nằm nghỉ. Dường như có lúc anh đã lịm đi và không biết mình đang sống trong mơ hay hiện thực.

Làm cách nào để tồn tại? Ở đâu có người, ở đó có sự sống. Anh bơi trở lại phía bên kia sông. Đi một quãng, Thạch Xung thấy từ xa một xóm nhỏ. Anh ăn cắp một chiếc xe đạp. Lại chạy. Cho đến khi gặp một thị trấn, anh biết mình sống sót. Thạch Xung bán chiếc xe đạp lấy tiền mua vé xe về thành phố.

Gặp lại Hai Mạnh, Thạch Xung được bố trí quản lý bến bãi và các đội xe đò liên tỉnh, kể cả các đội xe vận tải hàng hoá đường dài. Ở cương vị mới, Thạch Xung dễ dàng thoát được các cuộc bố ráp bắt lính của cảnh sát và quân cảnh. Anh cũng có một giấy hoãn dịch giả vì lý do gia cảnh mới.

Triết lý sống của Thạch Xung đơn giản, bạn ăn cơm thì hãy cho tôi ăn cháo. Nếu bạn không biết cách chia sẻ thì tôi sẽ dạy bạn, xe của bạn sẽ bị tôi bắn bể bánh.

Trên lãnh địa do Thạch Xung kiểm soát sẽ không có tranh giành, ức hiếp. Không đâm thuê chém mướn. Cũng không có móc túi, ăn cắp vặt. Thạch Xung thực thi công lý theo lương tâm. Anh bảo, chính quyền lấy thuế của dân được, thì tôi cũng thu tô được. Tất cả đều được sống và sống trong hoà bình của luật giang hồ. Nghĩa vụ với ông trùm Hai Mạnh, Thạch Xung nộp đầy đủ mọi khoản anh kiếm được, không giữ lại đồng nào. Ngay cả với những phi vụ đặc biệt không nằm trong địa bàn hay lĩnh vực của Hai Mạnh giao phó, Thạch Xung cũng báo cáo và cống nộp cho hắn.

Phần Hai Mạnh, hắn cũng không tính toán chi li với Thạch Xung. Hắn chia lại cho Thạch Xung một phần ba.

Uy tín của Thạch Xung trong giới giang hồ ngày càng lớn, Hai Mạnh cảm nhận được mối đe doạ lấn át của Xung đối với vị thế của hắn. Buộc phải dè chừng Xung, mặc dù hắn tin Thạch Xung sẽ không bao giờ phản bội hắn. Nếu Hai Mạnh từng bảo hắn không phải quân ăn cướp, thì Thạch Xung cũng không phải là kẻ lưu manh.

Ngay cả đám cảnh sát cũng nhìn Thạch Xung bằng một con mắt khác. Họ chấp nhận cho Thạch Xung lộng hành trong tầm kiểm soát, dù sao Thạch Xung cũng đã giúp họ trị an một cách hiệu quả. Mặt khác, đại ca Mạnh vẫn luôn che chắn cho Thạch Xung bằng những khoản đút lót đáng kể. Ngoài tiền, gái đẹp vẫn là một hàng hoá có giá trị vĩnh cửu cho mọi phi vụ.

Những người có viễn kiến, họ nhìn thấy Thạch Xung như một thế lực. Họ muốn lôi kéo, thu phục và sử dụng Thạch Xung cho mục đích riêng của họ thông qua một thứ gọi là chính nghĩa.

Mặt trận Giải phóng bí mật tìm đến Thạch Xung.

Một người có vẻ ngoài nho nhã, nhưng toát ra mùi rừng hoang dã thân quen, nói "Chúng tôi biết anh là ai, điều ấy có thể hiểu là anh không thích chiến tranh. Nhưng chúng tôi tin anh cũng biết căm ghét kẻ thù đã giày xéo quê hương..."

Ý thức hệ không được nhắc tới, chỉ là một bài giảng giáo khoa về lòng yêu nước, Thạch Xung hiểu họ muốn gì.

Anh khiêm tốn thủ thế, "Tôi không đủ cao cả để hy sinh thân mình cho điều gì. Sự thật, tôi là kẻ sợ chết. Nên tôi sẽ không thể làm gì nguy hiểm đến an nguy của tôi. Tôi cũng không muốn gây nợ máu với ai."

"Không phải là anh đang chơi trò nguy hiểm sao?" Người nho nhã cười.

Thạch Xung cũng cười và trấn an người đối diện, "Tôi không muốn tạo ra nguy hiểm cho tôi hay người khác. Việc tôi đang làm chỉ là tìm cách chia sẻ miếng cơm với mọi người. Tôi tôn trọng lý tưởng sống của bất cứ ai."

Người nho nhã biết Thạch Xung không dễ lay chuyển và anh sẽ giữ kín cuộc gặp gỡ này như một người biết sống.

Vì thế, người ấy tuy giữ khoan hoà nhưng cũng hăm doạ lúc chia tay, "Hy vọng anh sẽ nghĩ lại. Chúng tôi vẫn luôn quan tâm đến anh."

"Cám ơn các anh. Với tôi, ai cũng là anh em." Thạch Xung không muốn bị cuốn vào cuộc sát phạt địch – ta.

Nhưng địch hay ta sẽ chẳng có bên nào cho con người quyền lựa chọn.

Những người hoạt động trong đảng cầm quyền cũng tìm đến Thạch Xung.

Họ ngửa bài, "Chúng tôi biết anh trốn quân dịch, đúng hơn là kẻ đào ngũ, nhưng chúng tôi sẽ không truy cứu nếu anh đáp ứng những yêu cầu của chúng tôi. Anh thừa biết rằng, anh đang hưởng lợi thế của xã hội một cách thiếu công bằng. Vì thế, chúng tôi rất mong anh hợp tác để cái lợi thế mà anh đang hưởng trở nên có ý nghĩa và hợp pháp."

Thạch Xung gật gù, hỏi "Các anh muốn tôi bù đắp kiểu gì?"

"Chỉ mong anh đồng hành với chúng tôi trong mọi mục tiêu phục vụ quốc gia."

Không thể thoái thác, Thạch Xung đành thoả hiệp, "Tôi sẽ làm những gì phù hợp."

Họ bắt tay Thạch Xung, "Hẳn nhiên anh đã biết, chúng tôi không làm điều gì trái đạo lý và cũng sẽ không yêu cầu anh làm việc gì có thể tổn thương đến danh dự và phẩm giá con người. Những gì chúng tôi muốn thực hiện sẽ phù hợp với nguyện vọng người dân, trong đó có anh."

Mặt trận Giải phóng không nắm được Thạch Xung dẫn tới việc không tránh khỏi anh trở thành đối tượng phải bị loại bỏ theo nguyên tắc chung của người làm chính trị. Không dùng được thì giết trước khi đối tượng quay lại giết mình.

Thạch Xung bị một tên vô lại bắn trong quán rượu. Nhưng anh thoát chết, vết thương sượt qua vai trúng đầu một vũ nữ. Cô gái nhảy chết ngay tại chỗ. Báo chí đưa tin giang hồ giành gái thanh toán nhau. Vụ việc nhanh chóng chìm vào quên lãng, nhưng buộc Thạch Xung phải cảnh giác. Anh biết có người này, người kia trong đám thuộc hạ của anh theo cộng sản, cũng như có những kẻ làm chỉ điểm cho chính quyền, nhưng anh kệ họ, miễn điều ấy vô hại với anh.

Đi giữa hai làn đạn không phải việc dễ dàng, Thạch Xung cố gắng tỏ ra mình là người phi chính trị. Nhưng cuộc sống tự nó tạo ra những vấn nạn, anh không thể làm một người ích kỷ vô tư để tận hưởng những lạc thú riêng.

Dân quê khắp nơi chạy trốn loạn lạc, bom đạn về thành phố ngày càng đông. Thạch Xung hợp tác với các tổ chức xã hội hoạt động cứu trợ và thu xếp cuộc sống cho họ. Cứ thế, cuộc sống vun đắp và dạy dỗ, anh dần trở thành một nhân sĩ được kính trọng. Mặc dù, anh vẫn là kẻ thu thuế bảo kê như một viên chức mẫn cán của một hệ thống cai trị khác. Tận đáy lòng, anh vẫn biết ơn Hai Mạnh và trung thành với đại ca của mình.

Thạch Xung đã trở nên sáng giá cho một con bài tại nghị trường, người của đảng cầm quyền đến gặp anh.

"Chúng tôi muốn anh tham gia cuộc bầu cử nghị viên Hội đồng tỉnh nhiệm kỳ tới."

"Tôi không muốn là kẻ lót đường cho ai đó. Tôi có chắc được đắc cử không?" Thạch Xung thẳng thắn hỏi.

"Chúng tôi tin vào khả năng và uy tín của anh. Chắc chắn anh sẽ đắc cử."

"Tôi sẽ được đảm bảo như thế nào?"

"Tất cả mọi chi phí cũng như công tác vận động cho việc ứng cử của anh, chúng tôi sẽ lo hết. Tất cả nội dung tiếp xúc với cử tri, chúng tôi cũng sẽ chuẩn bị hết cho anh. Vấn đề duy nhất của anh là tuân thủ mọi hướng dẫn của chúng tôi."

Danh vọng và quyền lực là thứ cám dỗ không thể từ chối, cho dù đó là cửa tử. Thạch Xung nhận lời bước vào chính trường với tất cả hào hứng và cảm kích.

Hai Mạnh đích thân tổ chức tiệc mừng thành công cho

Thạch Xung tại nhà hàng sang trọng của mình.

Trao chìa khoá tặng Thạch Xung một chiếc xe con cóc ngay tại buổi tiệc, anh Hai tuyên bố, "Giang hồ là phải thế."

Không ai biết "phải thế" cụ thể như thế nào, nhưng dân giang hồ đã cảm thấy mình có tư cách hơn, không phải đầu trộm đuôi cướp, mà thậm chí đầy chính nghĩa.

Ông nghị Xung chọn mảng văn hoá, giáo dục và y tế cho các hoạt động nghị trường của mình. Một tính toán của kẻ không muốn làm mất lòng ai, mà còn được tiếng là quan tâm đến sự phát triển nhân lực và sự bền vững quốc gia. Thật ra, Thạch Xung không muốn làm một con rối cho những kẻ nâng đỡ anh. Thạch Xung có khát vọng và anh muốn đóng góp tâm huyết cũng như ghi dấu ấn của mình vào cuộc đời này như một người có trách nhiệm.

Ngay trong những tháng đầu tiên của nhiệm kỳ, Thạch Xung đã thực hiện một cuộc điều tra về tình trạng trường lớp và tỉ lệ học sinh đi học. Anh phát hiện, số lượng trường công lập ở các cấp từ mẫu giáo tiểu học đến trung học quá ít so với nhu cầu, cũng như tỉ lệ trẻ em thất học quá lớn. Thạch Xung đưa vấn đề này ra nghị trường chất vấn chính quyền. Mặc dù chỉ trong phạm vi cấp tỉnh, nhưng ngay lập tức, nó trở thành một đề tài nóng của truyền thông báo chí. Vấn đề được mở rộng lên tầm mức quốc gia, các dân biểu cũng vào cuộc, tạo đà cho một dự án phát triển giáo dục toàn diện.

Ông nghị Xung trở thành người nổi tiếng ngay trong năm đầu tiên của nhiệm kỳ. Đồng thời, Thạch Xung cũng trở thành người tai tiếng nhất, khi bị các đảng phái đối lập tung ra hồ sơ trốn lính, đào ngũ của anh.

Thạch Xung đến tìm đàn anh Hai Mạnh, tham vấn "Scandal này bây giờ phải giải quyết cách nào?"

Hai Mạnh vỗ vai Xung "Chú mày yên tâm, vụ này anh không giúp gì được chú, nhưng những người đã đưa chú lên sẽ có cách để họ bảo vệ chú."

Tuy nhiên, những kẻ đứng sau lưng Thạch Xung vẫn án binh bất động. Họ chờ Thạch Xung đến cầu cạnh. Cũng chẳng còn cách nào khác, để tự bảo vệ mình Thạch Xung tìm đến họ.

Bậc trưởng thượng ngồi gõ tẩu. Mùi Dunhill và mùi thuốc phiện đặc quánh.

"Lẽ ra cậu phải tham khảo ý kiến chúng tôi trước khi đưa ra một nghị sự."

Thạch Xung bối rối. Anh không nghĩ mọi việc lại phải xin phép hay trình báo ai đó trước.

"Nhưng cũng may, chủ đề của cậu đến rất đúng lúc. Chúng tôi đang cần có câu chuyện để khoả lấp một vài rắc rối khác."

Chính trường không đơn giản chỉ cần lòng chân thành và có thể học hỏi dễ dàng, Thạch Xung nghĩ. Bè phái mới quan trọng. Biết cách chọn phe còn quan trọng hơn.

Bậc trưởng thượng nói tiếp, "Chỉ cần cậu ghi nhớ cậu là ai. Những vấn đề còn lại, chúng tôi sẽ có cách giải quyết."

Thạch Xung đứng thẳng, "Vâng, em xin cám ơn. Mong được các anh giúp đỡ."

Hồ sơ trốn lính đào ngũ của Thạch Xung được dọn dẹp sạch sẽ. Vụ tố cáo của báo chí bị cho chìm xuồng. Thạch Xung thoát kiếp nạn, nhưng anh đã tự trói buộc mình vào người khác. Từ đó, Thạch Xung chăm chỉ đến hầu trà các tiền bối như cách để trau dồi kiến thức, kinh nghiệm và kỹ năng chính trị. Hơn nữa, Thạch Xung cần bày tỏ lòng trung thành với thượng cấp cũng như sự lựa chọn của mình. Anh khiêm tốn nhưng không điếu đóm.

Dù thế nào, chính trị vẫn là bán mình cho quỷ.

Thuận lợi trên lộ trình thăng tiến, Thạch Xung được những người đứng sau đẩy ra ứng cử Dân biểu Hạ viện. Anh có hai năm để chuẩn bị. Một nhóm chuyên viên của tổ chức được phân công hỗ trợ cho Thạch Xung lên kế hoạch hành động cụ thể cho từng giai đoạn. Họ đầu tư tương lai cho anh một cách bài bản. Tuy nhiên, không như lần trước, giờ đây Thạch Xung phải tự đầu tư vốn. Việc này không vượt quá khả năng của anh. Thạch Xung đóng góp mười phần trăm lợi nhuận kiếm được trong mọi phi vụ cho tổ chức, đồng thời anh phải trực tiếp chi trả thù lao cho các cộng sự trong nhóm chuyên viên của mình. Thạch Xung tự nhủ, học phí tuy đắt nhưng không đáng tiếc. Anh học được rất nhiều, từ phong cách giao tiếp đến cách hoạch định một dự án, từ xây dựng hình ảnh cá nhân đến các chiến lược, chiến thuật hành động để đạt mục tiêu. Thạch Xung nhận ra rằng, tham vọng và quyết tâm là hai yếu tố quan trọng nhất cho sự thành công. Nhưng cũng quan trọng không kém là biết che giấu tham vọng.

Vì thế, những người xung quanh Thạch Xung đã nhìn nhận tiềm năng thật sự của anh ngoài sự trung thành như những ưu điểm đáng tin cậy.

Trong vòng hai năm ngắn ngủi, Thạch Xung đã tạo được dấu ấn mạnh mẽ của một chính khách đấu tranh cho người nghèo cũng như những thành phần yếu thế trong xã hội. Điều ấy càng làm cho Mặt trận Giải phóng chú ý đến anh, một biểu tượng của giai cấp vô sản bị đánh cắp. Thạch Xung trở thành một trong những đối thủ đáng gờm nhất của họ trên mặt trận đấu tranh công khai và hợp pháp. Tình thế này buộc Thạch Xung phải hợp tác với họ, hoặc sẽ bị họ thủ tiêu như đã từng.

Một lần nữa Mặt trận tìm đến Thạch Xung như những người cùng lý tưởng. Nhưng thay vì thuyết phục, họ tìm cách lợi dụng anh cho những mục tiêu ngắn hạn của mình. Và họ đã thành công. Thạch Xung vô tình biến thành ngọn cờ đầu của họ trong những cuộc tranh đấu, nương theo đó, họ xây dựng phong trào quần chúng và quần chúng nằm trong tay họ.

Phải rất lâu sau, Thạch Xung mới nhận ra sự thật cay đắng ấy. Không tránh khỏi, Thạch Xung trở thành nạn nhân của sự nghi ngờ trong nội bộ phe quốc gia.

Sự khôn ngoan và ngờ nghệch của Thạch Xung dưới mắt kẻ quan sát thời cuộc, một triết gia của chủ nghĩa dân tộc cực đoan Hà Việt, được cảm nhận như một lãnh tụ đầy hấp lực với quần chúng. Một thách thức đáng để thử thời vận đối với Hà Việt.

9. BUÔN VUA

Hà Việt nhỏ con và gầy guộc một cách khắc kỷ. Ông ta đã in một vài cuốn sách và thỉnh thoảng xuất hiện trên các tạp chí văn hoá, tư tưởng với các bài báo dễ gây tranh cãi. Vì thế, ông ta cũng là một người nổi tiếng, đồng thời cũng là một người thất bại trong đời sống cá nhân. Vợ bỏ, không con. Sống một mình thui thủi trong căn hộ chung cư nhếch nhác. Tuy nhiên, đôi khi người ta thấy một vài người đàn bà kín đáo trong căn hộ hiu quạnh ấy. Họ đến rồi đi như một trạm dừng chân. Cũng không thấy ông Việt vui hay buồn.

Làm thày dạy học trong một trường trung học tư để kiếm cơm, Hà Việt lập dị cổ quái nhưng được đám học sinh ngưỡng mộ như hầu hết các ông thày vĩ cuồng thời ấy. Vì thế, chẳng bao giờ Hà Việt thất nghiệp. Nuôi nấng một vài cô em lỡ vận không phải là điều đáng để Hà Việt bận tâm. Vả lại, có đàn bà trong nhà là có hơi ấm sinh khí, dù chẳng để làm gì.

Đúng lúc Thạch Xung nhận ra mình đang quay cuồng trong cơn lốc xoáy tranh chấp của các thế lực chính trị khác nhau thì Hà Việt xuất hiện như một tình cờ của số mệnh. Một bữa tiệc bằng hữu do Hà Việt sắp xếp mà cả Thạch Xung và Hà Việt đều là khách mời. Không ai tìm ai. Không ai cầu cạnh ai. Ở đó chỉ có tri kỷ gặp tri âm.

Câu chuyện đã đi từ những vấn đề thời sự đến chủ đề tinh thần dân tộc. Họ tranh nhau nói, võ đoán về những diễn biến có thể xảy ra theo cách nhìn chủ quan của mỗi người. Cũng chỉ là thày mù xem voi, nhưng vẫn hấp dẫn ở chỗ họ có lý luận chặt chẽ. Thạch Xung biết chắc không một ai trong số họ có đủ dữ liệu để phán đoán tình thế một cách đúng đắn. Những bữa tiệc trà dư tửu hậu mang tính salon ấy, đối với Thạch Xung chỉ là giải trí. Nhưng đôi khi Thạch Xung cũng tìm được những thông tin cá nhân đáng tin cậy về các nhân vật đình đám đương thời. Nó tập hợp thành một hồ sơ lưu trữ như một thứ vũ khí dự phòng để đánh gục đối thủ khi cần thiết.

Trong số ấy, Hà Việt là nhân vật đáng chú ý. Ông ta có quan điểm độc lập và một tư duy cách mạng khác.

"Một dân tộc nếu không được dẫn dắt bởi một triết lý sống từ phong thổ văn hoá của mình thì dân tộc ấy sớm muộn gì cũng diệt vong. Chủ nghĩa cộng sản là một chủ nghĩa phi dân tộc. Chủ nghĩa tư bản là một chủ nghĩa phi nhân tính. Chủ nghĩa nhân vị cũng là một ảo tưởng. Việt Nam cần một con đường riêng để tồn tại và phát triển. Thật ra, Việt Nam đã có một hệ thống triết lý từ xa xưa, nó là cội nguồn của văn minh phương Đông, nhưng người Việt đã bị người Hán đánh cắp mất linh hồn. Đã đến lúc chúng ta phải lấy lại những gì là của mình…" Hà Việt say sưa nói.

Toàn thân Hà Việt bốc mùi khói đốt đồng.

Thạch Xung kín đáo quan sát Hà Việt và nhận thấy ở ông ta có khí chất của một quân sư. Uyên bác và thâm trầm nhưng cũng đầy nhiệt huyết.

Thạch Xung không nói gì, chỉ lắng nghe và anh mơ hồ nhìn thấy con đường lớn của mình.

Khi chia tay, Thạch Xung nói nhỏ với Hà Việt, "Mong sẽ được gặp lại anh ở một nơi khác."

Hà Việt tỏ ra thân thiện, "Anh giữ liên lạc với tôi."

Sau khi đọc hết các trước tác của Hà Việt, một tháng sau Thạch Xung cho người mời ông ta đến nhà dùng cơm. Anh cố ý tạo ra một bối cảnh thân tình, chân thật và kín đáo. Chỉ có hai người. Họ trao đổi với nhau những quan tâm thời sự, thăm dò chính kiến và thẩm định khả năng của nhau.

Hà Việt nói, "Những người cộng sản mượn chiêu bài dân tộc để nguỵ trang cho tham vọng quyền lực thống trị và thực hiện chủ nghĩa Mác-xít. Trong khi đó, những người quốc gia lại nhân danh lý tưởng tự do dân chủ để tranh giành quyền lực. Tất cả họ đều biết tinh thần dân tộc là một sức mạnh tuyệt đối, nhưng xem ra chỉ những người cộng sản mới biết tận dụng sức mạnh này. Tuy nhiên, cái được gọi là dân tộc của họ không bản sắc. Nó chỉ có tác dụng trong chiến tranh, mà không thể xây dựng trong hoà bình. Một thất bại được báo trước cho cả hai chế độ, nhưng họ không nhận thấy…"

Ngừng một chút cho Thạch Xung thấm thía. Hà Việt nói tiếp, "Nếu cứ thế này, người cộng sản sẽ thắng."

Thạch Xung trầm ngâm hỏi, "Anh nghĩ tôi nên chọn cộng sản?"

Hà Việt cười, "Không, đấy không phải là ý tôi. Tôi chỉ muốn cho anh thấy một cái nhìn toàn cục."

Thạch Xung lại hỏi, "Tôi nên làm gì?"

Hà Việt chậm rãi, "Tìm một con đường riêng cho mình."

Thạch Xung hỏi tiếp, "Tôi phải bắt đầu từ đâu?"

Hà Việt nhắm mắt. Mùi khói đốt đồng lan toả.

"Anh hãy ngồi xuống và nhìn sâu vào trong mình cho đến khi anh nhận biết được mình là ai."

Thạch Xung cười cười hỏi, "Anh muốn tôi bắt đầu lại từ đầu?"

Hà Việt cũng cười, "Nếu anh tin tôi thì hãy làm theo những điều tôi nói."

Thạch Xung không hỏi gì nữa. Câu chuyện của họ chuyển qua những vấn đề nóng của chính trường và Hà Việt phân tích cho Thạch Xung thấy những tương quan lực lượng giữa các đảng phái, phe nhóm và những ý đồ trên dòng chảy thời cuộc.

Hà Việt mang đến cho Thạch Xung một số sách quan trọng nhất khả dĩ cho một người làm chính trị. Trong số ấy, có vài cuốn do chính Hà Việt biên soạn nhưng chưa xuất bản: "Mưu lược chính trị" và "Lãnh tụ". Cuốn "Mưu lược chính trị" chỉ là những ví dụ thực tế được tác giả phân tích bàn luận, lý giải thêm thắt. Một loại bài tập nhập môn. Nhưng với "Lãnh tụ" thì khác hẳn, có thể coi như lập ngôn của Hà Việt về khoa học chính trị, vai trò lãnh đạo và ý nghĩa tối hậu của chính trị. Thạch Xung nhìn thấy bóng dáng mình trong đó, cũng như cách để biến cái bóng dáng ấy thành một con người thực.

Nhưng sự quán chiếu bản thân với hiện thực khốc liệt của chiến tranh, của những tham vọng chính trị và quyền lực xung quanh, Thạch Xung đốn ngộ quan trường không phải là chỗ của mình. Thạch Xung vẫn là cố hữu của vô chính phủ, của hoang đàng nổi loạn và những mâu thuẫn nội tại không lối thoát.

Thạch Xung nói với Hà Việt, "Tôi muốn qui ẩn."

Hà Việt cười to, hỏi "Anh qui ẩn bằng cách nào?"

Một thực tế phũ phàng. Con người có thể đi đâu khi nó bị bao vây bởi những luật lệ, những nghĩa vụ công dân? Chính quyền có thể bỏ tù anh, có thể bắt anh làm lao công đào binh bất cứ lúc nào. Việt cộng có thể giết anh khi họ muốn.

Tuy không cảm thấy sợ, nhưng Thạch Xung nản. Hà Việt dẫn anh đến một quán bar giải sầu. Ở đó, bất ngờ Thạch Xung gặp lại Mimi Đen trong tư cách bà chủ. Nàng chủ động ôm chàng. Bùi ngùi. Hà Việt cũng không ngờ hai người này quen nhau. Hội ngộ vui vẻ.

Hà Việt đùa, "Giờ tôi mới hiểu tại sao tôi tán Mimi mãi không được."

Mimi Đen nhìn Thạch Xung hóm hỉnh, "Anh Xung chưa cho phép."

Thạch Xung vuốt tóc nàng, "Em vẫn luôn tự do mà."

Mimi Đen thản nhiên, "Có lẽ anh không bao giờ biết thuộc về một nơi nào đó, hay một người nào đó là hạnh phúc, là khao khát."

"Có thể."

Hà Việt xen vào, "Tôi là người muốn chiếm hữu."

Thạch Xung cười bảo, "Chẳng phải anh từng nói, cứ muốn là được."

"Trên nguyên tắc là thế. Nhưng người ta cũng có thể thất bại chứ." Hà Việt nói.

Mimi Đen góp chuyện, "Em chọn thất bại trước cho chắc ăn."

Mọi người cùng cười.

Mimi Đen, "Em uống với hai anh một ly."

Nàng rót rượu. Thạch Xung thích cái vẻ lịch lãm của nàng.

Mimi Đen nói với Thạch Xung, "Chúc mừng thành công của anh."

Thạch Xung cười đùa, "Cũng đến lúc anh chọn thất bại đây."

"Sao thế?" Mimi Đen hỏi.

"Chẳng sao cả." Chàng không giải thích.

Có điều gì bất ổn nơi Thạch Xung nhưng không phải lúc để truy vấn, nàng nắm chặt tay chàng chia sẻ. Dường như cả hai đều tìm thấy một chút ấm áp cũ.

Trong mắt Hà Việt, Thạch Xung chỉ còn là một gã đàn ông u uẩn, khinh bạc. Thật ra, Thạch Xung cũng chỉ muốn Hà Việt nhìn thấy anh như vậy. Và qua Hà Việt, Thạch Xung muốn loan truyền rằng, anh không thể là một chính khách chuyên nghiệp hay một kẻ tham vọng quyền lực.

Thạch Xung đưa ly rượu cho Hà Việt, nói "Tôi muốn đi tìm bình an. Dù sao cũng cám ơn anh đã dạy tôi cách tự mở cánh cửa cho mình."

10. ĐÀO THOÁT

Cuộc xung đột giữa Phật giáo với chính quyền càng ngày càng căng thẳng. Thạch Xung nhìn thấy khe hở giữa cuộc khủng hoảng đó là lối thoát của mình. Anh tìm đến các thày như một Phật tử thiện lành đầy lòng cung kính. Các thày cũng hoan hỉ đón nhận anh như một kẻ hồi tâm. Tuy nhiên, Thạch Xung không bao giờ nói chuyện chính trị. Anh xin qui y, xuống tóc và nhận pháp danh Trí Thiện từ một Thượng toạ uy quyền đương thời, như một cách bảo kê cho thân phận mới của mình.

Cũng không cần tu. Trí Thiện khoác lên người bộ bà ba nâu, tóc búi thong dong như một ông đạo vùng Thất Sơn, tự xây một cái am an trú trên mảnh đất riêng khá rộng. Đơn sơ nhưng trang nghiêm, phong cách Nhật Bản. "Thiền am Như Tuyền" chữ to và không kèm theo Hán tự trên cổng. Chánh điện không sơn son thiếp vàng, chỉ có một tượng Phật trắng do anh đặt một điêu khắc gia tài năng thực hiện. Dưới chân tượng luôn luôn là một bình hoa sen tươi. Lư hương anh cho đặt ngoài cửa để tránh ảnh hưởng đến sức khoẻ khi ngồi thiền. Kinh sách anh nhờ sư phụ lo giúp. Mỗi ngày, sáng tối hai buổi anh đều ngồi tụng kinh nghiêm mật. Cửa Thiền am luôn rộng mở, nhưng trong mấy tháng đầu vẫn chỉ hiu hắt một mình Trí Thiện đi lại, quét lá trong sân vắng.

Tiếng chuông, tiếng mõ của Trí Thiện trầm ngâm trong không gian và thời gian. Những âm thanh lắng đọng chân thành ấy thấm dần vào lòng người. Hồi hướng từ bi, người ta nhận ra sự thanh tịnh và đẹp đẽ của Thiền am Như Tuyền như một cảnh quan hiếm có ở thành phố. Từng người, từng người… đến thắp nhang đảnh lễ Phật. Càng ngày càng đông.

Trí Thiện biết cách để lôi kéo thiện nam tín nữ, biết tạo huyền thoại và màu nhiệm nhưng anh không làm, bởi thật sự Trí Thiện không cần tiền. Trí Thiện cũng không muốn tạo ra một đám đông u mê xung quanh, bởi anh biết đám đông vớ vẩn ấy sẽ trở thành lý do để chính quyền hay bên cách mạng giết mình. Anh cần nhìn thấy lòng sùng tín đích thực.

Dẫu sao, Thiền am vẫn phải có thùng công đức để Phật tử cúng dường cầu phước, không thể làm khác. Việc ấy đủ nuôi Trí Thiện sống an nhàn, tự tại.

Núp bóng uy danh của sư phụ, nhưng Trí Thiện cũng như Thiền am Như Tuyền không nằm trong hệ thống tổ chức của giáo hội. Không mang họ Thích. Không tự xưng đại đức, thượng toạ hay Thày. Trí Thiện tâm nguyện hành giả tu tập, không thuyết pháp hay rao giảng điều gì. Trí Thiện chỉ hành thiền và chia sẻ tâm nguyện vô ngôn với chúng sinh. Cũng vì thế, ai gọi Trí Thiện là gì, anh không quan tâm hay đính chính. Tuy nhiên, ở ngôi thứ nhất của nhân xưng đại danh từ, Trí Thiện tự nhận mình là "Kẻ Hèn Này" theo tinh thần khiêm nhu của Đông phương bất tranh.

Chính quyền sở tại không muốn can thiệp vào việc tu tập của Trí Thiện bởi họ cũng tránh không muốn bị mang tiếng là đàn áp tôn giáo.

Hà Việt nhìn Trí Thiện vững vàng trong Thiền am, ông ta không khỏi nể phục. Hà Việt tiếc cho một con người ngoại hạng như Thạch Xung lại chọn sự xuất thế. Ông ta cũng tiếc cho cái tinh đời của mình chưa gặp thời. Ông ta tặng Trí Thiện một bàn cờ tướng và muốn chỉ dạy cho Trí Thiện cách chơi cờ. Nhưng Trí Thiện tỏ ra không đam mê với việc đánh cờ.

"Kẻ Hèn Này không phải là người thích hợp để chơi cờ."

Hà Việt bảo, "Dẫu anh không chơi cờ, cuộc đời vẫn là một bàn cờ. Nếu anh không là kẻ chơi cờ, thì anh sẽ trở thành quân cờ cho người khác chơi."

"Kẻ Hèn Này không quan tâm. Kẻ Hèn Này đã là người ngoài cuộc."

Hà Việt tiếp tục tấn công Trí Thiện, "Cho dù xuất thế, anh cũng không thoát được cuộc cờ này. Đấy chỉ là cách anh trốn chạy. Nhưng chạy đâu cho thoát những hệ luỵ trần gian?"

"Kẻ Hèn Này biết anh đúng. Nhưng Kẻ Hèn Này đã chấp nhận hèn rồi."

Đến nước này, Hà Việt cũng chỉ biết cười trừ. Tuy nhiên, thỉnh thoảng Hà Việt vẫn đến chơi với Thạch Xung như trước khi anh là Trí Thiện. Bởi vì Hà Việt biết, Trí Thiện chỉ là một cách diễn của Thạch Xung. Ông ta không tin Thạch Xung muốn tu thật.

Trong thực tế, Thạch Xung vẫn quan sát thời cuộc, nhưng không bình luận. Thạch Xung vẫn sống như chính mình, một hành giả tự do không luật lệ, ngoại trừ việc giữ chay trong ăn uống. Một cách chân thành, anh vẫn coi việc ăn chay là một pháp môn để điều chỉnh thân tâm. Vả lại anh cũng không muốn tạo ra thị phi.

Thỉnh thoảng Mimi Đen cũng đến Thiền am Như Tuyền thỉnh an Thạch Xung. Với nàng, không có Trí

Thiện, không có hành giả hay thiền sư, mà chỉ có một Thạch Xung phiêu lãng. Cõi Phật hay cõi thiền cũng chỉ là chốn phiêu linh của chàng. Con người ấy, có điều gì mà không thể.

Thạch Xung đã không thể kìm chế được để hỏi Mimi Đen, "Em có tin tức gì của Thị không?"

"Không, kể từ lúc đi Mỹ, chị ấy không hề thư từ gì với em."

Nhưng Thạch Xung không tin Thị đã quên mình. Cô ấy vẫn cất giữ chàng trong ký ức, như một góc đời riêng.

Mimi Đen hỏi, "Anh vẫn yêu chị ấy?"

"Như một cách chết." Thạch Xung nói.

Mimi Đen ôm Thạch Xung, "Anh vẫn sống và hoang dã, cho dù anh khoác áo tu hành hay giả chết."

"Giả chết cũng là một cách chết."

Thạch Xung dẫn Mimi Đen vào phòng ngủ, chỉ cái quan tài đang mở nắp, "Mỗi ngày anh nằm trong đó vài tiếng để thiền quán. Một trải nghiệm rất đáng giá. Em muốn thử không?"

Mimi Đen lắc đầu, "Em chưa muốn chết. Cũng không muốn giả chết."

Không nói gì thêm, Thạch Xung lẳng lặng leo vào quan tài nằm xuống và chàng vẫy tay ra dấu cho nàng bước đến. Mimi Đen trút bỏ quần áo nằm đè lên người Thạch Xung, trong cõi chết.

Chiếc quan tài tuy ngoại khổ nhưng vẫn chật chội. Họ vòng tay qua người nhau, ôm thật chặt và hôn thật sâu.

Họ đi vào nhau trong một tư thế duy nhất của bất chấp và vô cầu. Giữa ảo và thực, quá khứ quên lãng và hiện tại mơ hồ. Không phải sống, cũng không phải chết. Một cảnh giới vượt thoát mọi giới hạn, nhưng không phải niết bàn, mà chỉ là nhất thể hoá ba la mật, chân như thực tại. Một vĩnh cửu trong khoảnh khắc. Một chói loà của bùng vỡ. Một bản ngã bị bôi xoá.

Dịch nhờn lênh láng nhấn chìm họ trong cỗ quan tài.

Trí Thiện gọi đấy là một hành trạng của thiền đú. Nhấc mình lên khỏi mặt đất nhằm giải trừ các hệ luỵ, triền phược cũng như sự tôn nghiêm của các pháp là cách thực nghiệm cho sự chứng ngộ tâm linh bất nhị. Đạo hay Đú (Đụ hay Đáo), cũng chỉ là một.

11. HOẰNG PHÁP

Tối giản và thanh tịnh, Thiền am Như Tuyền gây ấn tượng về ẩn tu giữa một thành phố ồn ào hỗn tạp đầy màu sắc. Chính vì thế, Như Tuyền gợi lên một hiếu kỳ hấp dẫn trong chúng sinh. Để đối phó với tình trạng mất bản sắc của thiền am, Trí Thiện chọn sự giấu mặt. Lấy lý do nhập thất, Trí Thiện từ chối tất cả sự kính viếng của mọi thiện nam, tín nữ để giữ an tịnh cho mình. Sự trụ trì của Trí Thiện càng trở nên bí ẩn, cho dù cửa thiền am vẫn luôn mở rộng.

Khi chúng sinh nhận ra sự im lặng vô ngôn và vô hình vô ảnh của Trí Thiện, cũng là lúc xuất hiện một Trí Thiện chân tu được thêu dệt bởi các huyền thoại do trí tưởng tượng dân gian đồn thổi tạo ra. Con người muốn trốn chạy ấy, một lần nữa lại nổi tiếng. Những hình ảnh như Trí Thiện lặng lẽ quét lá, tưới cây, dọn vườn được đưa lên các mặt báo lá cải… như đối lập với các nhà tu hành bước đi trong áo mão lộng lẫy và dưới các lọng che quyền quí. Đấy cũng là thời của các hành giả đa ngôn như Thích Nhất Nhất, thiên tài Phạm Công Thiện…

Trí Thiện đã sớm nhận ra sự vô dụng của ngôn ngữ trước chân như. Trí Thiện cũng nhận ra ngôn ngữ hay tiếng nói là cạm bẫy của hiểm nguy đố kỵ. Không thuyết giảng, không biện luận… Trí Thiện kiên trì giữ lòng khiêm cung trước mọi cám dỗ.

“Kẻ Hèn Này chỉ là một cơn gió. Đến và đi không dấu vết.”

Nhưng dấu vết từ những bước chân của chúng sinh càng ngày càng dày đặc và làm ố tạp thiền am. Trí Thiện từ chối mọi gặp gỡ với báo chí, truyền thông.

"Kẻ Hèn Này không có gì để nói."

Trí Thiện không buôn bán niềm tin hay chánh đạo. Trí Thiện không hoằng pháp hay độ trì ai. Nhưng Trí Thiện vẫn trở thành tấm gương để chúng sinh quán chiếu.

Trí Thiện nhận ra cái khó khăn không phải là đối phó với tà ma, cạm bẫy của giả danh vọng tưởng, mà chính là phải đối diện với chính mình dưới áp lực của sự thần thánh hoá do bên ngoài áp đặt. Bỗng nhiên bị giám sát bởi sự kính ngưỡng của bá tánh, Trí Thiện hoàn toàn mất tự do. Mỗi đêm, thiền định trong quan tài, Trí Thiện cảm nhận được cái triền phược xâu xé mình. Chẳng lẽ phải giữ mình vì bá tánh, thay vì tự tại với cái ngã vô chấp và bất chấp của mình? Rất bi hài, Trí Thiện cảm thấy không thể không có trách nhiệm với niềm tin của bá tánh.

Không thể khác được, một cách nào đó Trí Thiện đã lên ngôi bồ tát. Mimi Đen đến quản lý sắp xếp mọi việc vào nền nếp cho chàng. Một thứ hậu cung của vương triều. Hà Việt cũng đến để giúp Trí Thiện kiểm soát tình hình.

Ánh sáng minh nhiên của đạo hạnh khuất phục mọi kiêu căng, Trí Thiện đi đến đâu, thiện nam tín nữ quỳ gối ở đó. Họ cung kính hôn lên dấu chân của Trí Thiện như cách để được chia sẻ ơn khai minh. Trí Thiện tỏ ra vô tâm vô cầu trước vinh quang, bởi anh biết sự ngã mạn sẽ huỷ diệt anh.

Cho dù khiêm tốn đến tự xoá bỏ mình, Trí Thiện vẫn bị chính quyền và những kẻ theo đuổi quyền lực lo ngại. Những bậc đạo cao đức trọng trong cõi Phật cũng không tránh khỏi ganh ghét. Họ không muốn hiện tượng Trí Thiện lấn át uy danh của họ.

Chính quyền trao đổi với giáo hội để bắt Trí Thiện về tội trốn lính. Nhưng giáo hội không ủng hộ chiến tranh, nên không đồng tình cho họ bắt Trí Thiện.

"Chúng tôi sẽ xử lý nội bộ."

Trí Thiện được mời đến gặp các Thày.

Sư phụ của anh bảo "Con phải đặt mình dưới sự quản lý của giáo hội. Tuân thủ mọi lề luật của giáo hội. Không được tự ý hoạt động theo cách riêng, làm rối loạn trật tự trong giáo hội."

Trí Thiện cúi đầu vâng phục.

Tuy nhiên, người phát ngôn Hà Việt cho rằng, "Thiền am Như Tuyền không phải là chùa hay tự trong hệ thống giáo hội. Thiền am chỉ là một cơ sở tư nhân, tự tu và tự hành. Không ai có quyền cấm một người tự tu, tự hành theo cách của mình."

Không thể ngăn cản được sự ngưỡng vọng của bá tánh với Trí Thiện, chính quyền cho mở chiến dịch bôi nhọ anh. Các báo thân chính quyền đăng các bài phóng sự điều tra về quá khứ của Trí Thiện, họ mô tả anh như một tên du đãng vô lại và tàn ác, việc tu hành của Trí Thiện chỉ là lừa đảo và trốn lính.

Trí Thiện tuyệt đối im lặng. Dòng người sùng mộ anh vẫn lũ lượt đến Thiền am Như Tuyền cúng bái và cúng dường. Nhờ sự quán xuyến của Mimi Đen và tài tổ chức của Hà Việt, Thiền am vẫn giữ được trật tự tôn nghiêm.

Cuộc hoằng pháp vô vi của Trí Thiện chưa phải là viên thành nhưng ít nhiều đã tạo được những hiệu ứng tích cực trong nhận thức của những người quan tâm đến đạo pháp, như một loại kính chiếu yêu. Ngay cả những thức giả đương thời cũng phải nhìn nhận một Trí Thiện đạo hạnh vô cầu và trong sáng. Sự khiêm cung thành thật đã chiến thắng lòng kiêu căng rỗng tuếch của những tham vọng thế tục.

12. HOÀ BÌNH

Chiến tranh cuối cùng cũng phải đến lúc có người thua, kẻ thắng. Nhưng chiến tranh kết thúc không đồng nghĩa với hoà bình. Trả thù hay phân biệt đối xử là không tránh khỏi. Một căn tính dân tộc. Bên thua cuộc bị xoá sổ không chỉ là một chính thể, mà còn là một nếp văn hoá, một nền kinh tế. Cùng với cái gọi là Nguỵ quân, Nguỵ quyền… một số kẻ tu hành như Trí Thiện cũng bị bắt đưa đi cải tạo vô thời hạn. Thiền am Như Tuyền bị nhà nước trưng dụng. Hà Việt biến mất cùng hàng triệu người nhốn nháo tìm đường vượt biên. Mimi Đen về nhà và tự giản lược mình thành Mi, như mọi thứ khác trong cuộc sống của người miền Nam.

Trong trại giam, Trí Thiện hoàn tục là một tên du đãng như xưa. Nhưng dẫu thế nào, Thạch Xung vẫn là một giang hồ hảo hớn. Anh dữ dằn, không hạ mình trước những sỉ nhục của kẻ thắng, mặc dù anh không phải là người thua theo cách của kẻ đối đầu. Thạch Xung như bao người khác chỉ là đầu thai nhầm chỗ. Không chính, không tà. Chính vì giữ tư cách, Thạch Xung nhiều lần bị biệt giam, bị bỏ đói, bị hành hạ vì những công việc nặng nhọc… nhưng anh không chết. Hai hàm răng Thạch Xung bị đánh gãy gần hết. Những vết sẹo dày thêm trên thân thể anh. Và sự thù hận càng trở nên sắt đá.

Mi lam lũ chợ trời dành dụm đi thăm nuôi Thạch Xung. Nhìn anh tiều tuỵ, Mi chỉ biết khóc. Thạch Xung nhìn Mi xót xa, nàng cũng gầy đanh lại.

"Em cố gắng tìm cách đi đi. Đừng lo cho anh."

"Không, em chờ anh."

Cuộc sống tăm tối, tủi nhục và không lối thoát. Họ lầm lì chịu đựng.

Gần hai năm sau, Thạch Xâm đeo quân hàm đại tá tìm đến trại giam. Hai anh em không ôm nhau, không sướt mướt. Họ lạnh lùng.

Thạch Xung hỏi, "Em đến làm gì?"

"Bảo lãnh cho anh về." Thạch Xâm bảo.

"Anh phải ký giấy nhận tội xin khoan hồng à?"

"Không, mọi thủ tục em lo xong rồi."

"Sao bây giờ mới đến?"

"Em xin lỗi. Một phần cũng bận rộn quá, phần khác cũng đâu biết anh làm gì, ở đâu?" Thạch Xâm phân trần.

Ngay hôm đó, Thạch Xung tay không ra xe của Thạch Xâm rời trại giam. Anh không có gì mang theo ngoài nỗi xót thương ngậm ngùi với những người còn ở lại.

Thạch Xâm nói, "Lẽ ra, anh sẽ phải đi kinh tế mới. Nhưng nếu anh muốn, em có thể thu xếp một công việc cho anh ở thành phố."

"Cám ơn em. Cho anh về chỗ bạn gái anh."

"Sống được không?" Thạch Xâm hỏi.

"Người ta sống được, anh sống được."

"Tuỳ anh. Nhưng về nhà em ở vài ngày đã." Thạch Xâm nói.

Thạch Xung im lặng.

Suốt mấy ngày ở với nhau, hai anh em cố tránh nói chuyện thể chế, chính trị. Họ không muốn tiếp tục xung đột. Họ cũng không nói đến hiện tình khó khăn của đất nước và cuộc sống xã hội. Họ chỉ kể với nhau những vui buồn thuở trước.

Thạch Xung hỏi, "Mẹ thế nào?"

Trầm lắng.

"Trong những ngày cuối cùng của cuộc chiến, mẹ chết mất xác trên đường di tản."

Thêm chút ngậm ngùi, Thạch Xâm nói "Em cũng không hiểu sao đến lúc ấy mẹ lại bỏ chạy."

"Có ai không muốn bỏ chạy. Còn cha thì sao?"

"Ông ấy đã chết trước trong mùa hè 72. Không có mộ."

"Có ai quay trở lại Rume không?"

"Hình như không. Nhưng em đã xây một ngôi mộ gió chung cho cả cha mẹ trên đất nền nhà cũ."

Sạch sẽ và tươm tất, Thạch Xung từ giã ông em, một mình đi tìm Mi.

Hẻm rộng. Những căn nhà cũ màu vàng úa càng cũ kỹ hơn như một hoài niệm. Như không thật, bước chân Thạch Xung lênh đênh. Nhịp điệu của đời sống mơ hồ chậm lại. Ngắc ngoải và lo âu. Một vài căn đã bị đập phá, mái và các cánh cửa bị gỡ. Cái cảm giác như đứt gẫy và mất mát này sẽ đeo đuổi con người tới chết.

Thạch Xung gõ cửa. Mi hiện ra như một vầng sáng đen, nghẹn ngào. Họ ôm lấy nhau. Tình yêu tha thứ mọi lỗi lầm. Tình yêu tái sinh cuộc sống.

"Chúng ta chưa chết."

"Chúng ta vẫn còn nhau."

Và đó là tất cả.

Thật ra, họ đã chẳng nói gì. Chỉ có im lặng mới kể hết nỗi niềm của họ.

Căn phòng đã ấm cúng và có mùi người sau một cuộc làm tình cuồng nhiệt và say đắm.

Thạch Xung nằm vùi đầu vào trong gối.

"Anh đừng vội phải lo lắng. Em sẽ nuôi anh."

"Mọi thứ bất ngờ quá. Anh cũng chưa kịp nghĩ phải làm gì."

"Anh cứ nghỉ ngơi cho thật khoẻ đi. Mọi thứ tính sau." Mi dịu dàng mà cương quyết.

Thật ra, Mi cũng đang rối bời không phải vì việc làm gì để nuôi nhau mà sẽ phải làm thế nào để Thạch Xung được cư trú hợp pháp ở nhà mình, điều mà tất cả những ai đã từng sống ở thành phố này trước đây không phải bận tâm, giờ đây đất nước hoà bình thống nhất, nó lại trở thành nỗi kinh hãi trong chế độ mới. Đi kinh tế mới như nhà nước hô hào và cưỡng bức là bước xuống địa ngục. Họ không thể đến đó để lưu đày và chết.

Trước khi trời tối, Mi cầm tờ giấy ra trại của Thạch

Xung đến ông tổ trưởng dân phố trình báo xin cho người nhà được ngủ lại qua đêm. Vốn là chỗ hàng xóm, Mi dọ hỏi ông tổ trưởng cách để cho Thạch Xung được thường trú.

"Tôi không giúp được cô, nhưng tôi nghĩ cô có thể nhờ anh cảnh sát khu vực."

Không có gì mỉa mai, tội nghiệp hơn khi những chiến sĩ của chủ nghĩa vô sản đối diện với tiền bạc. Nói cách khác, đứng trước tiền bạc – chủ nghĩa vô sản chỉ là một con cún hiền lành. Trong quán café vắng, Mi dúi vào tay anh cảnh sát khu vực một gói giấy nhỏ với hai chiếc nhẫn vàng.

Anh cảnh sát hỏi, "Cái gì đây?"

"Dạ, em gởi quà cho các cháu." Mi cười cười cố ra vẻ duyên dáng.

"Tôi chưa có vợ."

Mi vẫn cười, "Thì làm quà cưới cho chị tương lai của anh. Anh cứ cầm đi cho em an lòng."

"Cô muốn an lòng chuyện gì?"

Mi đưa giấy ra trại của Thạch Xung cho anh, "Anh giúp để cho tụi em có thể sống bên nhau."

"Tại nhà cô luôn à?"

"Dạ."

Suy nghĩ một lúc, anh cảnh sát chậm rãi, "Vì hạnh phúc của hai người, tôi sẽ cố gắng."

Ban đầu là sổ tạm trú. Vì hạnh phúc của nhân dân, thêm ba chỉ vàng nữa, Thạch Xung đã được thường trú tại nhà Mi.

Hàng ngày, chàng theo nàng ra chợ trời đứng. Việc mua đi bán lại tuy cũng có thể đủ sống, nhưng Thạch Xung không vui. Chàng gặp lại một số bạn bè, đàn em cũ cũng ngang dọc chụp giựt ở đây. Họ như những đám bèo trôi dạt. Vô định và không phẩm giá. Thạch Xung lang thang đến các bến xe, nơi ký ức chàng còn lưu dấu những vết sẹo thuở mới bước chân vào thành phố, giờ cũng chỉ toàn dân cò cốt vé xe. Những người có thế giá một thời dần dần biến mất. Không phải họ bốc hơi, mà họ chạy trốn. Mặt đất chỉ còn dòi bọ và những kẻ hãnh tiến.

Những kẻ bất đắc dĩ ở lại tự co rút, ẩn náu. Sự săn đuổi bởi chế độ mới không chỉ là những luật lệ và công thức phản văn minh, phi văn hoá trên bình diện chung của xã hội, mà nó còn đe doạ, trấn áp những thói quen suy nghĩ độc lập và hành động tự chủ của từng cá nhân, gia đình.

Thạch Xung không muốn chạy trốn theo cách vượt biên, không phải vì anh không thể xoay xở được, mà anh muốn đối phó với nó. Không sợ hãi.

Một số người quen cũ mạnh mẽ hơn, họ muốn tìm lại phẩm giá. Và họ nói đại loại, chúng ta không thể sống như súc vật, như nô lệ… Sự cai trị ngu dốt huỷ diệt chúng ta… Vì thế, cần phải đứng lên, vùng dậy… Chúng ta không làm anh hùng, nhưng chúng ta cũng không thể sống như sâu bọ…

Và chàng cũng nghe rất nhiều những từ như “phục quốc”, “phục hưng dân tộc”, “nhân dân hành động”…

Tìm lại một quốc gia, một chính thể đã mất… đối với Thạch Xung không chỉ là bất khả mà còn là thiển cận và hồ đồ không khác gì những kẻ đã chiến thắng họ. Tuy nhiên, cũng có những người tỉnh táo hơn, họ vẽ ra một tương lai khác vượt lên các ý thức hệ cũ, những tương tranh hơn thua cũ để kiến tạo một tổng lực hoà hợp có khả năng đáp ứng cho một thời đại mới của một đất nước thống nhất.

Một cuộc vận động âm thầm nhưng không ngừng nghỉ luồn lách trong cuộc sống để con người không tuyệt vọng. Cuộc vận động ấy bị chính quyền đương thời gọi là thế lực thù địch, phản động và bị trấn áp khốc liệt. Rất nhiều người bị bắt, bị kết án tử hình hoặc ngồi tù lâu dài. Nhưng con người vẫn nuôi niềm hy vọng, dòng chảy âm ỉ để hồi sinh phẩm giá và chất lượng cuộc sống vẫn cứ luân lưu qua từng thế hệ.

Thạch Xung chán chính trị, anh không tham gia bất cứ một tổ chức nào. Nhưng chính trị vẫn đè anh xuống. Cuộc sống càng lúc càng khó khăn. Mọi thứ bị cấm đoán kể cả những điều căn bản nhất của con người như kiếm miếng ăn, đi lại… Nhưng con người cũng không thể ngồi im chờ chết. Để tồn tại, người ta buộc phải lén lút sinh nhai và mánh mung, lừa đảo…. Ai cũng trở thành tội phạm.

Nhân cách con người bị huỷ diệt.

Những đêm nằm ôm Mi, Thạch Xung có cảm giác như con thú hoang chạy trốn. Tình yêu bị nhuốm độc.

Giữa lúc cùng cực bế tắc ấy, Thạch Xung gặp một đàn em thân thiết cũ giờ làm tài xế xe tải đường dài. Bang dẫn Thạch Xung đi nhậu. Dưới một mái bạt lề đường, vài con khô và một thứ nước đùng đục lên men… dễ say và dễ chết.

Bang sảng khoái đề nghị, “Hãy đi theo em. Anh không

chỉ tìm thấy tự do, mà sẽ còn tìm thấy hạnh phúc."

Thạch Xung im lặng ngần ngại. Bang nói thêm, "Chẳng những không chết đói, mà anh còn có thể nuôi được chị đầy đủ."

"Nhưng có nguy hiểm không?"

Đàn em cười lớn, "Anh yên tâm. Mình đâu có làm gì phạm pháp."

"Vậy thì được."

Thạch Xung về kể với Mi.

Nàng hỏi, "Anh muốn đi không?"

"Anh không muốn xa em."

"Anh nói cứ như thể sẽ đi luôn không về vậy."

Thạch Xung cười buồn, "Có lẽ anh sợ mất em."

"Không phải là em sẽ mất anh sao?"

"Anh không thoát được cảm giác bị săn đuổi."

"Nhưng đấy sẽ là tương lai của chúng ta. Vả lại, em cũng không muốn anh phải vất vả kiểu này."

Quả thật, buôn bán chợ trời không phải là cách sống mà Thạch Xung muốn. Không lừa đảo nhưng bấp bênh thảm hại. Nó biểu trưng cho một xã hội tan rã. Con người hỗn loạn và mất giá.

Chàng buồn bã và xót xa thương nàng.

13. ĐƯỜNG DÀI

Thạch Xung làm phụ xế cho Bang. Lên hàng và xuống hàng, Thạch Xung trở lại như thuở mới vào thành phố kiếm cơm.

Khuân vác nặng nhọc. Có hề chi.

Khi con người có thể tự do, nỗi vất vả không thất chí. Thạch Xung chấp nhận cuộc sống và lao vào cuộc mưu sinh, bất cần và hung bạo. Máu giang hồ lại rần rần chảy trong huyết quản.

Không gian mênh mông và thời gian dằng dặc. Những con đường hút mắt. Sự ti tiện và ác độc cũng vô lường.

Công việc chính của họ là nhận hàng và giao hàng. Chuyên chở mướn. Đi bất cứ đâu. Niềm vui của họ không dừng ở đó. Đón khách dọc đường và những kiện hàng của dân buôn chuyến mới là nguồn lợi đáng kể. Thời của ngăn sông, cấm chợ. Chính quyền càng cấm đoán bao nhiêu thì sự kiếm chác của họ càng ngon ăn bấy nhiêu. Nhưng họ không thể ăn một mình. Hung thần của cánh tài xế và con buôn không phải là thảo khấu, mà chính là các cán bộ thuế và quản lý thị trường. Bọn này như ma xó, xuất hiện đúng lúc ở bất cứ thời điểm nào, đoạn đường nào.

Thường thì Bang không để cho bọn chúng kịp khám xét xe. Những bao thuốc lá ba số (555) luôn có sẵn trong ca bin và cả những tờ bạc thơm cũng luôn sẵn trong túi. Tất cả chúng ta cùng vui vì chúng ta là những người biết chia sẻ.

Tất nhiên cũng có lúc xui xẻo khi đám quan quyền cần báo cáo thành tích. Mọi hàng hoá bị tịch thu, bởi chẳng có hàng hoá nào được phép vận chuyển. Chỉ thương cho nước mắt của những người đàn bà khốn khó tảo tần nuôi chồng, nuôi con.

Trên mọi nẻo đường, những người đàn bà đi buôn chuyến phải đối phó với những rủi ro từ tống tiền đến tống tình. Mọi thứ hàng hoá, từ nguyên liệu đến sản phẩm, từ nông nghiệp đến công nghiệp… tất tần tật mọi loại mà cuộc cuộc sống cần đều được phân phối một phần bởi những người đàn bà buôn chuyến chăm chỉ và bất hạnh ấy. Chính họ là giải pháp cho xã hội tồn tại, nhưng cũng chính họ là nạn nhân của cướp bóc từ một chính sách tiêu diệt sự sống và sự phát triển.

Với những phụ nữ trẻ trung có tí nhan sắc, Bang sẽ ưu tiên cho họ ngồi cạnh trên ca bin. Đấy là cái hạnh phúc mà Bang đã mô tả khi rủ rê Thạch Xung đi làm với anh ta. Lạm dụng và chấp nhận lạm dụng là một cách để tồn tại. Đôi khi, cũng có chút tình cảm thật. Cuộc đời vì thế cũng còn chút tươi sáng.

Giống như mọi đêm tối khác, có một phụ nữ đứng vẫy xe ngay khu suối nước nóng Vĩnh Hảo trên đường đi Nha Trang. Bang dừng xe, Thạch Xung nhảy xuống. Người phụ nữ dẫn Thạch Xung vào một bụi cây ven đường, họ lôi ra mấy bao tải lá cây thuốc lá được nén chặt, giấu trong thùng xe phía sau. Người phụ nữ được cho ngồi giữa như phải thế.

Những chuyến xe đêm sẽ an toàn hơn cho hàng hoá, nhưng lại nguy hiểm hơn cho phụ nữ đi buôn. Họ bất chấp.

Người đàn bà trẻ dễ coi và có phần thanh lịch cho dù

nỗi phong sương cũng đã già dặn trên khuôn mặt cô. Vẻ đĩnh đạc của cô khiến cả tài xế và phụ xế có phần kiêng nể. Thạch Xung im lặng không bắt chuyện. Thẩm quyền tán tỉnh khách hàng thuộc về kép chính.

"Em thường xuyên đón xe ở khúc này à?" Bang hỏi.

"Không hẳn, cũng tuỳ loại hàng nhưng nói chung là nằm trong khoảng từ Biên Hoà đến Cà Ná."

"Chuyên về nông sản à?"

"Dạ."

"Cơ hội gặp lại em cũng khó nhỉ."

"Dạ. Cũng tuỳ duyên. Quen rồi, mai mốt em có thể nhờ anh nhận hàng giùm."

Bang cười hỏi lại, "Đã quen chưa?"

Cô cũng cười, "Một lần gặp là đủ quen."

Rồi cô quay sang tay phụ xế, "Phải không anh?"

"Chắc vậy."

Cô tỏ ra thân mật, "Em tên Doanh Doanh. Hai anh tên gì?"

"Anh tên Bang. Ông đó là Xung."

"Dạ, Bang chủ." Nghiêng đầu qua phải, cô nói "Em gọi anh là Lệnh Hồ Xung được không?"

"Tôi không phải giang hồ hảo hán."

Doanh Doanh nói, "Em thấy anh khác thường."

"Khác thường là sao?"

"Không phải giang hồ hảo hán, nhưng là anh hùng lỡ vận."

Thạch Xung cười nhạt, "Cô đề cao tôi quá."

"Thời thế thay đổi. *Trần ai, ai dễ biết ai.*" (*)

"Nhưng tôi biết, tôi là ai."

Bang hắng giọng, "Là ai cũng không có gì quan trọng. Tôi nghĩ mọi người cần uống một ly café."

Quán bên đường. Xập xệ. Cây đèn dầu Hoa Kỳ tù mù.

Bang hỏi ông chủ, "Có gì ăn không chú?"

"Có khoai lang luộc. Café nước ngọt."

"Chú cho xin dĩa khoai với ba cafe đen nóng."

Doanh Doanh gác kiếm đi buôn chuyến bóc khoai cho Bang chủ và Lệnh Hồ Xung. Café thay rượu.

"Hồ trường... Ta biết rót về đâu..." (**). Thạch Xung cảm khái đọc thầm mà dường như vang vang.

Bang cười, "Rót về đâu cũng được, miễn là ấm lòng phải không cô em?"

Doanh Doanh cười, "Dạ."

Trong khoảnh khắc họ quên đi thân phận bèo bọt trôi nổi của mình. Thạch Xung quên Mi trông ngóng. Bang quên bà vợ già ở nhà. Doanh Doanh quên ông chồng đang đi cải tạo. Họ quên nỗi vất vả. Hiện tại chỉ là một đồng cảm và xót thương. Như ấp ủ.

(*) Đặng Trần Thường (**) Thơ Nguyễn Bá Trác

Doanh Doanh rùng mình vì cơn lạnh của đồng không mông quạnh. Thạch Xung ôm vai cô, che chở.

Bang đứng lên, "Đi."

Bỗng Doanh Doanh cất tiếng hát:

> *"Đêm nay trên đường hành quân ra mặt trận*
>
> *Trùng trùng đoàn quân tiến bước theo con đường của Bác*
>
> ...
>
> *Đi ta đi giải phóng miền Nam"*(*)

Rồi cô cười vang. Và nước mắt cô dàn dụa.

Bang nhấn chân ga. Chiếc xe tải nặng nề lao vút đi. Không ai nói gì nữa.

Trước khi vào Ngã ba Thành, xe của Bang bị chặn lại. Một nhóm dân quân và quản lý thị trường bất ngờ xuất hiện chặn đường. Họ chĩa súng về phía Bang.

Một người hô to, "Khám xe."

Thạch Xung mở nắp cửa sau xe. Đám dân quân kéo hết hàng xuống. Họ tháo từng miệng bao. Ngoài những hàng hoá là đồ gia dụng, chỉ có hai túi gạo khoảng mười ký và nồi thịt kho mà Bang chở thêm để gởi tặng người bạn thân thiết ở Nha Trang.

Một người hỏi Bang, "Giấy phép chuyên chở hàng hoá đâu?"

(*) Lời nhạc Huy Thục

Bang xuất trình giấy tờ.

Một cán bộ quản lý nói, "Hàng chưa đóng thuế."

Một người hỏi Doanh Doanh, "Chị buôn bán gì? Khai thật đi để bọn tôi tính."

Người đàn bà nói, "Tôi không buôn bán, tôi chỉ đi nhờ xe."

Một người hỏi, "Đã khám dưới gầm xe chưa?"

Anh dân quân đáp, "Không có gì."

Ông cán bộ quản lý bảo Bang, "Anh đi theo tôi."

Ra một chỗ khuất, ông ta hỏi Bang, "Anh muốn đóng thuế ở đây hay về đội?"

"Dạ… Cán bộ cho em đóng tại đây đi ạ."

Bang móc bóp, cố ý cho ông cán bộ thấy anh đã đưa tất cả số tiền anh có.

" Được rồi. Đi đi."

Dẫu sao thì tiền bao giờ cũng thơm. Thật trớ trêu, người ta vẫn đấu tố chủ nghĩa cá nhân và quyền tư hữu như một lý tưởng tranh đấu, nhưng không một ai lại không tư túi.

Xương máu biện minh cho dối trá bởi xương máu là chân lý và niềm tin.

Bang và Doanh Doanh phụ Thạch Xung đưa hàng lên xe lại cho nhanh. Hai túi gạo đã bị tịch thu.

Doanh Doanh nói, "Cảm tạ hai anh đã cứu em."

"Tụi tôi lấy tiền của chị cũng phải có trách nhiệm chứ."

Bang nói.

Doanh Doanh bảo, "Chỉ vài lần mất hàng là sạt nghiệp."

Bang cũng bảo, "Chuyến này của tôi cũng coi như hoà vốn."

Thạch Xung lặng lẽ hút thuốc. Dẫu sao, con sâu, cái kiến vẫn có bầu trời của mình.

Ngã ba Thành vẫn chìm trong đêm. Doanh Doanh xuống xe. Thạch Xung leo lên mui xe mở cánh cửa bí mật trên nóc lấy hàng ra cho cô. Doanh Doanh chuyển nhanh hàng vào trong sân căn nhà sát bên đường.

Cô nói, "Cám ơn anh."

Bất ngờ Doanh Doanh ôm Thạch Xung, "Mong sẽ gặp lại hai anh."

Rồi cô biến mất như chưa từng xuất hiện. Thạch Xung sẽ không bao giờ gặp lại cô nữa, nhưng những phận đời mờ mịt như cô thì sẽ còn mãi.

Về đến Nha Trang, Bang lật ghế của mình lên lấy ra mấy bịch thuốc Tây giao cho người bạn thân thiết cất giữ. Việc buôn bán do người bạn lo liệu. Trên đường về, Bang sẽ nhận lại tiền.

Người bạn bảo, "Vô ngủ chút rồi hẵng đi tiếp."

Bang cười, "Tôi không ngủ với ông."

Người bạn cũng cười, "Tới Ninh Hoà ngủ với em gái à?"

"Ừ, cho ấm."

Mỗi nơi, Bang đều có một chỗ ngủ như thế. Những

mái ấm nẩy sinh từ những mối tình dọc đường buôn lậu hoặc được xây đắp bởi sự chu cấp của Bang. Bữa cơm của những người đàn bà ăn ngủ với Bang nhờ thế không phải độn khoai, mì.

Đó là một thứ hạnh phúc cay đắng. Một lúc nào đó, một Doanh Doanh nào đó với một anh tài xế nào đó cũng sẽ tạo nên những tình sử của thời bình, bụi bặm và vá víu. Tội nghiệp họ và cũng may mắn cho họ. Ít ra, họ còn được sống và nuôi con.

Người bạn đưa cho Thạch Xung tờ giấy, nói "Ông đọc cho vui."

"Trên đường về sẽ ghé ông nhậu." Thạch Xung vỗ vai người bạn.

Sau một buổi sáng ngủ bù, Thạch Xung mở tờ giấy của người bạn ra đọc trong lúc gọi cơm trưa:

24 GIỜ CỦA CHÚ GÀ TRỐNG NUÔI CON

Chàng có nhà để ở, có Sở để làm và có trái tim để tình yêu trú ngụ.

Buổi sáng, bao tử đợi chàng đi ăn xin, đứa con đợi chàng đi vay tiền, và trái tim đợi chàng đọc lời sám hối

Chàng đói, không phải vì làm biếng

Sám hối không phải vì tội lỗi.

Hãy nghe chàng kể:

6g15 – chàng dậy.

Đứa con đang ngồi gỡ ghèn. Mắt bé đỏ hoe.

Chàng dỗ dành điệp khúc: Ăn đi con, ăn đi, ăn rồi đi học

(Mì hầm luộc – Xì dầu, 2 món).

6g30 – Chàng đưa con đến nhà nhốt trẻ.

Ở đó, có những bà cô, không dạy con những bài hát thánh thiện nhi đồng. Tập thể Đội, Đoàn hoan ca lãnh tụ. Đếm xác địch để học làm toán Cộng / Trừ...

7g30 – Chàng đến Sở làm. Cùng đồng nghiệp lồng vào hoạt cảnh trong bài thơ từ Đông Âu truyền về Việt Nam:

"Không ai có việc làm mà ai cũng tỏ ra đang làm việc

Không ai làm việc mà ai cũng có lương

Ai cũng có lương mà không ai đủ sống

Ai cũng sống được mà không ai hài lòng

Không ai hài lòng mà ai ai cũng vỗ tay xưng tụng..."

11g30 – Kẻng kêu.

Chàng đói run chân.

Lên sân thượng níu cành hái mận của nhà tư sản trồng.

Lão đã đi học tập cải tạo. Về tội làm ra những sản phẩm có giá trị gia tăng.

Chàng ăn như khỉ đói giữa rừng tàn...

16g30 – Kẻng lại kêu.

Chàng về

Liếc nhanh các mẹt chợ chiều

Mân mê tính mãi đồng xu trong túi

Lục ký ức bảng Calorie, Vitamin... cho tuổi nhi đồng

Cái khó cao hơn cái khôn nhiều bậc.

16g30 – Kẻng lại kêu.

Chàng về 17g30 – Chàng tới nhà nhốt trẻ đón con

Đôi lúc thẹn thùng tránh mặt cô thủ quỹ vì nợ nần học phí

Về nhà, tắm vội mà nhẹ nhàng cho đứa trẻ như tưới hoa

Rồi vội vàng vào bếp.

Lui hui nửa chừng đôi khi hết củi

Chàng ngó quanh rồi ngậm ngùi ôm đống sách

Sẽ sàng để lại phần nội dung

Trang bìa hoá thân làm chất đốt.

Tự nhủ thầm:

Mai này con học giỏi vì có chữ trong rau sinh thái...

18g30 - Ừ thôi, đã ráng trọn thêm một ngày.

Chàng dắt trẻ ra bờ sông

Nước chảy như thời gian trôi. Âm thầm mà có thật

Sóng vỗ, âm ba nghe chừng như tiếng nấc

Diều bay, thầm mơ một bàn tay vẫy.

0g... Khuya, đứa trẻ ngủ như thiên thần...

Còn chàng thao thức như lãnh tụ.

Tính sinh kế ngày mai

Từng ngày, từng ngày

Kết chuỗi thời gian.

Ngày mai

Và sau những ngày mai nữa

Rất dài mà chưa thấy tương lai... (*)

Thạch Xung xót xa thương bạn. Anh không biết gì về tung tích người đàn bà vắng mặt trong bài thơ.

Thời thế càng lúc càng tệ hại. Xã hội kiệt quệ vì ngược chiều văn minh. Không có xăng dầu, người ta lắp thêm cái lò than phía đuôi xe như thời của động cơ hơi nước. Cả nước quay lại thế kỷ 19. Động cơ lại nổ. Xe tiếp tục chạy. Sự vất vả kiếm cơm của con người khó khăn hơn bội phần. Cũng chẳng sao. Không có nghịch cảnh nào mà con người không thể chiến thắng.

Hàng hoá càng ngày càng hiếm và việc buôn lậu đường dài càng trở nên nguy hiểm. Mi vẫn giúp Bang thu mua thuốc Tây. Nguồn hàng từ chế độ cũ không còn, may thay đã có nguồn hàng mới thay thế. Những gói quà từ Mỹ gởi về cho thân nhân trong nước tuy ít ỏi do bị hạn chế nhưng đã cứu sống cả xã hội.

(*) Thơ Nguyễn Lương Thịnh

Mi tiếp cận được nguồn hàng từ ngay lúc những gói quà còn nằm trong kho ở bưu điện. Và Mi đặt cọc thu gom hàng từ trước khi những người may mắn có thân nhân ở nước ngoài nhận được quà.

Phía sau sự may mắn và có phần kiêu hãnh của phần lớn những người đi nhận quà, đôi khi Mi cũng nhận ra chút tủi nhục ở một số ít người.

Chưa bao giờ một hôn nhân hay một liên hệ nào đó với người nước ngoài hoặc Việt kiều lại trở nên vinh quang đến thế. Bơ thừa sữa cặn của đế quốc trở thành ân sủng và tự hào của tất cả những ai có hạnh phúc ấy.

Làn sóng bỏ nước ra đi càng ngày càng khẩn thiết. Con người có thể từ bỏ tự do chính trị và tư tưởng, nhưng không thể không tìm kiếm tự do kinh tế. Kiếm miếng ăn để tồn tại, hay tồn tại để kiếm miếng ăn không còn khác biệt cho cả người đi và kẻ ở lại.

"Tại sao anh không đi?"

Rất nhiều lần Thạch Xung đã nghe câu hỏi ấy. Nhưng anh chưa bao giờ trả lời. Đối với Thạch Xung, đó là chọn lựa của phẩm cách. Không có câu trả lời hoàn hảo. Con người đã không còn thể tự quyết định mình tồn tại như thế nào.

Đi theo Bang, Thạch Xung dấn thân vào một thế giới khác. Một không gian rộng mở nhưng đầy những chuyện vụn vặt. Chiếc xe than ì ạch. Những chuyến đi dài ngày hơn. Mọi thứ như thô mộc, lam lũ và tối giản, nhưng cũng tiềm ẩn nhiều hiểm nguy. Sự thiếu vắng của văn minh khiến cuộc sống mất an toàn. Ai cũng có thể bị bắt. Nỗi sợ làm con người rúm ró.

"Tại sao anh ở lại?"

Không muốn giải thích, Thạch Xung chỉ cười trừ, “Tôi không có vàng.”

Để có thể đi, mỗi lần mất khoảng từ ba đến năm lượng. Quả thật, cũng đâu dễ có. Tuy nhiên, với Thạch Xung tìm kiếm một cơ hội ra đi không tốn kém cũng không phải là không thể.

“Chọn ở lại không phải vì tôi yêu quê hương hay chế độ, nhưng tôi muốn sống đến tận cùng nỗi khốn khó này của dân tộc mình. Không phải tôi lãng mạn hay muốn tử đạo, mà chỉ vì đấy là tôi - một phần của lịch sử, như tôi đã từng là.”

Nhưng Thạch Xung im lặng. Cuộc sống này không nên lắm lời. Tai vách mạch rừng, bởi chỉ điểm được khuyến khích như một trách nhiệm công dân. Đấu tố là một cách sinh tồn. Con người bị méo mó và trở nên hèn hạ, bần tiện không chỉ vì miếng ăn mà còn bởi sự biến thái đạo đức do cơ chế tạo ra.

Dẫu sao, Thạch Xung và Mi vẫn kiếm được tiền để sống tương đối thoải mái, không phải ăn độn khoai, mì, bo bo như những người khác. Nhưng làm sao nhẫn nhục và phẩm giá có thể đồng hành trong cuộc sinh tồn này? Chọn lựa nào cũng là huỷ diệt. Điều ấy khiến Thạch Xung không dám sinh con, cho dù Mi đã rất tha thiết.

“Anh không muốn con mình phải sống tăm tối và bị săn đuổi như chúng ta.”

Tình yêu để kết sinh hoa trái nhưng tình yêu đã bị đầu độc. Bản năng và khao khát làm mẹ của Mi bị bóp chết nhưng nàng không dám ép Thạch Xung, bởi nàng biết hiện tại của họ mong manh bất trắc, mà tương lai thì không ai dám tin.

14. TIẾNG GỌI

Đứng trước bờ vực sụp đổ, chính quyền buộc phải "đổi mới". Sự thức tỉnh ấy tạo điều kiện cho Mỹ dỡ bỏ cấm vận và tái lập bang giao với Việt Nam. Xã hội dần hoà nhập với thế giới, cuộc sống con người dần được cải thiện.

Được thúc đẩy bởi nỗi nhớ thương những người thân yêu, Thị là một trong những người đầu tiên trở về quê hương sau mấy chục năm xa cách. Thành phố chưa có gì thay đổi. Ngoài những tên đường, mọi thứ vẫn quen thuộc như xưa. Thị không biết phải đi tìm ai trước. Thị nghĩ đến Rume, nhưng liệu Rume có còn không? Thạch Xung còn sống không? Những cô em cùng mẹ khác cha giờ ra sao? Cả Mi nữa, cô ấy còn ở chỗ cũ?

Sau một ngày nghỉ ngơi và tìm hiểu cuộc sống mới ở quê nhà, Thị quyết định đi tìm Mi trước bởi vì điều này có vẻ dễ dàng hơn. Con hẻm vẫn cũ kỹ và nhem nhuốc, nhưng cái màu đỏ rợp trời cờ xí của một ngày lễ như chiếc áo dính đầy máu ác mộng làm Thị lạnh sống lưng.

Căn nhà đóng cửa. Người hàng xóm cho biết, bà Mi đến tối mới có nhà, còn ông ấy thỉnh thoảng mới thấy về.

"Ông ấy", như thế có nghĩa là Mi đã lấy chồng. Mừng cho cô ấy.

Không thể đứng chờ, Thị lần mò tìm về căn nhà cũ của mình bên bờ kênh. Vẫn những tấm ván mộc mạc lắp ghép và mùi hôi lưu cửu từ dưới nước bốc lên. Sự lầm than như bất biến. Không muốn ai nhận ra mình, Thị đi ngang qua chỉ để nhớ lại một khoảng đời đã từng khốn khó. Thị nhận ra, sự cam chịu của con người quả thật không giới hạn và cũng khó hiểu.

Lòng buồn bã, Thị trở lại nhà Mi vào buổi tối. Người ra mở cửa cho nàng không phải Mi, mà chính là Thạch Xung. Khuôn mặt và cả con người Thạch Xung khắc khổ và hằn học, nhưng Thị vẫn nhận ra.

"Anh..."

Thảng thốt, họ ôm lấy nhau nghẹn ngào. Thị khóc vui sướng.

Mi bước ra, ngỡ ngàng trước cảnh tượng Thạch Xung ôm một người đàn bà khác. Chưa kịp nhận ra ai, Mi chỉ đứng nhìn.

Khi nhìn thấy Mi, Thị buông Thạch Xung ra và bước tới ôm Mi. "Thị đây."

Đến lúc ấy Mi mới reo lên. "Trời ơi, chị..."

Vừa cười vừa gạt nước mắt, họ dìu nhau vào nhà. Thị nhìn hai người thân thiết, nhìn căn phòng tuềnh toàng đầy âu yếm.

Mi nói, "Chị ăn cơm luôn với tụi em nhé."

Thị gật đầu, mở gói quà. Mấy hộp thuốc bổ, xà bông thơm, chocolate... Những thứ rất quen thuộc với Mi, nhưng giờ đây nó quý giá và ẩn chứa những nỗi niềm.

Họ kể cho nhau nghe những đoạn trường và nhắc nhớ những kỷ niệm cũ.

Thị hỏi Thạch Xung, "Hoà bình rồi, anh có lần nào trở về Rume không?"

"Không. Anh không biết giờ Rume có còn không. Vả lại, anh cũng không muốn nhớ đến nó."

"Tại sao?" Thị ngạc nhiên hỏi.

Ngần ngừ một chút, Thạch Xung nói "Kể từ lúc em đi. Anh nghĩ Rume không còn nữa."

Thị trân trối nhìn Thạch Xung, "Rume đâu phải chỉ có em."

Thạch Xung lắc đầu, không giải thích thêm.

"Em muốn về Rume." Chờ xem phản ứng của Thạch Xung, Thị nói tiếp "Em cũng muốn anh và Mi cùng về với em."

"Chúng ta không nên về đó. Không ai lường được mấy ông du kích sẽ làm gì với người lạ. Anh biết đã có những người về quê tìm đất, tìm mộ rồi bị bắt vì bị tình nghi làm gián điệp."

Thị hỏi, "Còn anh Thạch Xâm thì sao? Có thể đi với chúng ta không?"

"Anh cũng không biết."

Thị cương quyết, "Mai anh dẫn em đến thăm anh Thạch Xâm nhé?"

"Được." Thạch Xung không thể từ chối.

Đêm ấy trở về khách sạn, Thị mất ngủ. Nằm bên Mi, Thạch Xung cũng mất ngủ.

Mi nói, "Em không đi Rume."

"Em có việc gì à?"

"Không. Chỉ là em không muốn."

Chuyến xe đi Rume do Thạch Xâm làm tài xế. Ngồi ở ghế sau với Thị, Thạch Xung trầm ngâm, không buồn không vui. Anh nhớ lại những ngày thơ ấu ở Rume. Nhớ cái âm u của rừng. Nhớ ngọn núi phía xa như một ngưỡng vọng. Nhớ ông Thày và ngôi nhà ấm cúng của Thày. Nhớ cái lô cốt huyền bí. Nhớ những ngày lăng xăng ở nhà Thị… Trong lúc Thạch Xâm hỏi han Thị về đời sống ở Mỹ, cũng như Thị hỏi thăm Thạch Xâm về cuộc sống trong rừng. Rồi Thị cũng tò mò hỏi về lý do tại sao anh lại bỏ nhà đi chiến đấu lúc còn con nít thế.

"À, lúc ấy tôi ham vui thôi. Biết gì đâu." Thạch Xâm cười bảo.

"Nhưng anh cũng kiên cường, anh hùng mà."

"Thật ra, cái nghĩa khí ấy cũng là hoàn cảnh đưa đẩy. Khi con người ở trong một tình thế nào đó, người ta không thể phản bội đồng đội cũng như không thể tự chối bỏ con đường mình đã đi. Máu kêu gọi máu. Chiến tranh có cái hấp lực tàn khốc của nó. Đến giờ, đôi khi tôi cũng nhớ chiến trường như nhớ điều gì đó quen thuộc."

Thị không hiểu được. Bầu khí trầm xuống và họ im lặng. Thị nghĩ đến James và cuộc chiến của anh ở Việt Nam, nàng cũng không hiểu được tại sao lại thế. Điều con người mong muốn và theo đuổi là hạnh phúc chứ không phải bất cứ gì khác. Thị cũng nghĩ, nếu toàn thể loài người theo chế độ mẫu hệ, có khi con người sẽ thoát được chiến tranh. Thị bật cười với ý nghĩ ấy, quả thật nàng cũng thích "đè đầu cưỡi cổ" James như nàng vẫn cư xử thế. Và nhờ vậy, gia đình được yên ổn hơn.

Thấy Thị cười một mình, Thạch Xung nhìn nàng dò hỏi.

"Không có gì. Chỉ là em nghĩ nếu tất cả đàn ông đều biết sợ vợ thì thế giới sẽ hoà bình."

Cả hai anh em Thạch Xung đều bật cười.

"Chẳng có phụ nữ nào lại muốn cho chồng con mình ra chiến trường." Thị nói thêm.

Đường vào Rume vẫn là một con đường đất, tính từ quốc lộ khoảng hơn 4km. Không còn rừng, thay vào đó là những vườn cây ăn trái như điều hoặc cao su.

"Anh có hay về Rume không?" Thị hỏi Thạch Xâm.

"Cũng thỉnh thoảng. Tôi về chỉ để thắp nhang cho những người trong gia đình. Đồng lứa chúng ta không còn ai."

Rume không một mái nhà. Cây cối cũng khác, rừng đã lùi xa. Trên nền đất nhà cũ, một ngôi mộ lớn không hài cốt, nhưng có tấm bia đá khắc tên hai ông bà Thạch Xanh.

Thạch Xâm chia nhang cho mọi người. Không ai nói gì, họ thầm lặng khấn vái.

Thạch Xung hỏi Thị, "Em còn nhớ chỗ nhà em ở không?"

"Mang máng thôi. Nhưng cũng chẳng còn gì để nhìn lại."

Quay sang Thạch Xâm, anh hỏi "Em còn nhớ cái lô cốt chính xác chỗ nào không?"

Thạch Xâm gật đầu. Anh dẫn hai người đi xuyên qua vườn điều đến lô cốt.

Cái lô cốt đã bị dội bom, dấu vết còn lại chỉ là một

đống gạch vụn và vài cọng sắt trơ ra khẳng khiu. Thạch Xung định vị rồi bước đến khoảnh đất mà chàng đoán chừng là nơi đã chôn xác ông Thày.

Thạch Xung hỏi Xâm, "Ai đã ra lệnh xử tử Thày?"

"Em không biết. Nhưng em biết chắc chắn một điều, không một ai ở Rume tham gia vào việc ấy."

Cũng vì cái chết này, Thạch Xung đã bỏ Rume ra đi. Và chàng không bao giờ có ý định sẽ quay trở lại. Nhưng giờ đây, chàng đã đứng trước mảnh đất đã vùi chôn thân xác cha mình, cùng với người mẹ tội nghiệp bị ngăn cách bởi một ngôi làng và người chồng.

"Chiến tranh là một guồng máy…"

Thạch Xâm bỏ dở câu nói, bởi anh chợt nhận ra việc truy nguyên cái nguồn cơn hay giải thích về chiến tranh sẽ dẫn tới những câu hỏi có thể làm đổ vỡ niềm tin hoặc lý tưởng của chính anh. Thạch Xung cười nhạt, anh cũng không muốn nghe một luận điệu về tội ác mà không có kẻ chịu trách nhiệm.

Cuộc đời có đáng được tha thứ không? Thạch Xung không biết. Nhưng chàng cũng mơ hồ nhận thấy, chính mình mới cần được tha thứ, cho dù chàng không có lỗi gì.

Hãy tha thứ cho thù hận, Thạch Xung quì xuống cúi lạy mặt đất oan khiên. Cúi lạy người Thày. Cúi lạy những sinh thành nghịch cảnh. Thị cũng làm theo.

Thạch Xung đột nhiên buột miệng, "Đây là cha anh."

Trong lúc Thạch Xâm còn ngỡ ngàng thì Thị âu yếm nhìn Xung, tươi cười hạnh phúc.

"Ông ấy cũng là cha em."

"Em biết hết rồi?"

Thị bước tới ôm Thạch Xung, "Mẹ đã cho em biết từ lúc anh đến tìm, trước khi em rời Việt Nam. Không thì…" Thị đấm vào lưng Thạch Xung.

Thạch Xung cũng cười, xoa đầu Thị.

Giờ đây, với tất cả anh em họ, Rume chỉ có nghĩa là một nấm mộ, nơi chôn vùi thân xác cha mẹ và tuổi thơ của họ. Nơi họ đã nhìn thấy chiến tranh khởi phát và những đau thương của tương tàn. Một Rume tan rã, rừng của họ đã bị huỷ diệt và đất của họ đầy bom mìn.

"Em phải gọi Mi bằng chị rồi, phải không. Hãy chăm lo cho chị ấy." Thị nói trên đường về.

"Anh vẫn luôn như vậy."

"Em cũng sẽ chăm lo cho anh chị."

"Ai cho em cái quyền đó. Bọn anh vẫn tự thu xếp được."

"Anh muốn đi Mỹ không?"

"Anh không thích ở đây, nhưng anh cũng sẽ không bỏ đi."

"Chúng ta sẽ xây mộ cho Thày chứ?"

"Không. Chúng ta không làm gì cả, bởi vì ngay bây giờ hoặc đến một ngày đó, chúng ta sẽ không thể trở lại. Cứ để Thày và Rume như ký ức chúng ta đã lưu giữ, những điều có thật và cả những gì không thật." Thạch

Xung nói.

"Thật ra, Rume huyền ảo đã không còn nữa, từ khi chúng ta bỏ đi." Giọng của Thị ngậm ngùi.

Dường như Thạch Xâm cũng muốn nói gì đó, nhưng anh không mở miệng được. Thạch Xâm hiểu rằng không cần thiết để làm đổ vỡ thêm nữa cái tình cảm mong manh giữa anh em họ cũng như với Thị, dù tổn thương sâu và đầy cay đắng.

"Có những điều chúng ta muốn quên, nhưng không thể quên. Vậy thì hãy nhớ những gì tốt đẹp." Thạch Xung trầm giọng.

Thạch Xâm vẫn không nói gì, anh không muốn phải gượng ép. Chiến tranh hay hoà bình, lịch sử hay cuộc sống vẫn là cái cối xay thịt.

PHẦN HAI

1. KÝ ỨC CỦA MÙI

Tôi là Thạch Xung, người làng Rume. Tôi vừa bước vào ngưỡng bảy mươi, hôm nay. Cuộc đời tôi được kể là kẻ đã sinh ra và lớn lên trong huyền thoại ở một làng quê heo hút đâu đó trên xứ sở này. Nhưng tôi lại trưởng thành và già đi trong một thành phố đầy biến động giữa tai ương vận nước. Như hai thế giới. Hai lịch sử. Nói cách khác, tôi được sinh ra trong huyền hoặc của tình yêu ở một nơi chốn dường như không có thật. Tôi đã gìn giữ cái huyền hoặc ấy cho suốt cuộc đời mình như một thứ gia bảo. Đồng thời, tôi cũng bị dập vùi trong hiện thực khốc liệt của con người, một cách trần trụi nhất mà tôi không thể trốn chạy, dù tôi luôn trốn chạy.

Tôi đã đi từ hoà bình an lạc tới chiến tranh tàn ác, rồi hoà bình lập lại nhưng thực ra chỉ là một cuộc chiến khác không tiếng súng. Tôi luôn bị kẹt giữa hai làn đạn.

Dẫu sao, tôi đã sống sót. Sau những tưởng như kẻ đi mãi không về, giờ đây tôi đã đang ở Rume. Rất khó khăn tôi mới có thể quay trở lại không chỉ vì tiền bạc mà còn bởi một ký ức muốn xoá nhoà. Tôi đã hoà giải được với chính tôi. Vì thế, tôi quyết định mua vài mẫu đất ở rừng xưa với mong muốn dựng lại giấc mơ của cha tôi, một già làng khiêm nhu và giàu lòng trắc ẩn, để chào mừng tôi bước vào một hoa giáp mới của đời người.

Tôi không xây biệt phủ kệch cỡm thời thượng. Tôi bắt đầu lại bằng sự đơn sơ và hài hoà như rừng. Một căn nhà ba gian hai chái cổ điển, tôi muốn sống lại cổ tích của mình. Vợ tôi, Mi mất đã lâu vì một tai nạn không đâu. Con tôi không có ý kiến, nó có cuộc đời của riêng nó như tôi đã từng. Trong vụ việc này, em trai tôi Thạch Xâm rất hoan hỉ và cậu ấy cũng mua hai mẫu cạnh đất tôi coi như đất tổ. Còn em gái tôi, Thị cũng góp phần trở về này bằng việc mua một mẫu sau lưng chỗ tôi. Tất cả hơn năm mẫu do tôi trực tiếp quản lý. Riêng miếng đất có cái lô cốt và mộ phần cha tôi, tôi đã phải mua với giá gấp ba mới giành lại được.

Tôi để tương lai cho con cái tôi. Giờ đây, quá khứ và hiện tại tôi chỉ là một. Tôi chập chờn như chính sức khoẻ mong manh của tôi, mập mờ giữa sống và chết. Sự mập mờ giúp tôi vượt qua những phũ phàng của cuộc sống. Đó cũng là cách để tôi tiếp tục cuộc đời mình.

Thật ra, tôi cũng không biết phải bắt đầu từ đâu.

Hồi còn ở thành phố, tôi được một người bạn cũ mời xem bộ phim mới của bà. Ở đó, tôi đã bắt gặp một mùi hương tưởng như quá vãng. Cô gái rất trẻ, ngồi cạnh tôi lặng lẽ nhưng khuôn mặt và ánh mắt của cô ấy bừng sáng như xôn xao. Thỉnh thoảng cô ấy nhìn trộm tôi. Đặc biệt sau khi tôi được mời phát biểu về cảm nghĩ của mình với bộ phim thì thái độ và mùi của cô ấy toát ra lại càng được bộc lộ thành khẩn hơn. Tôi đã có lý do để nhìn thẳng vào mắt cô ấy khi ngồi xuống. Chúng tôi cùng mỉm cười với nhau. Ngay lúc đó, tôi đã cảm thấy cô ấy thân thuộc. Trao đổi vài câu xã giao, tôi cũng hơi bất ngờ vì suy nghĩ và cảm nhận của cô ấy về bộ phim không khác tôi. Cuộc đối thoại giữa Thượng đế và người đàn ông trong phim chỉ là cách lý giải về độ "chịu chơi" của tính đực. Thượng đế không phải là cứu cánh hay sự cứu rỗi mà là một bản năng nguyên thuỷ và lý do của hiện hữu.

Tôi đã mời cô ấy đi ăn tối để tiếp tục câu chuyện, nhưng cô từ chối. Mãi sau này tôi mới tình cờ gặp lại bởi cái mùi dị thường của cô. Tôi đã buột miệng gọi cô ấy là Lữ Thảo như cô ấy phải là thế, mặc dù chính tôi cũng không bao giờ biết "lữ thảo" là gì. Cô ấy chấp nhận mình là Lữ Thảo. Và rồi, Lữ Thảo trở thành một phần của đời tôi trong giai đoạn tôi chỉ muốn chết. Mùi Lữ Thảo đã phục hồi tôi.

Đấy cũng là lúc tôi nhớ đến Rume, đến bà Mắm và Thị. Mùi của rừng chưa bao giờ phai mờ trong ký ức tôi.

Tôi rủ Lữ Thảo về Rume chơi.

Chỉ cho Thảo những cánh rừng cao su bạt ngàn trước khi rẽ vào Rume mà khi còn ấu thơ tôi không mường tượng được nó rộng lớn dường nào, con đường mà tôi tưởng chừng vô tận phía trước nó có thể đưa tôi đến đâu, tôi nói mơ ước lớn nhất của tôi khi xưa là được đi tới tận cùng những con đường, tận cùng những cánh rừng ấy. Cho đến bây giờ thì đấy vẫn là giấc mộng, cho dù tôi thấy nó không còn cần thiết nữa.

Rume đã bị chiếm cứ bởi những người lạ, những kẻ tha phương cầu thực của thế hệ khác. Tôi không còn tìm thấy gì ở Rume những thân thuộc. Rừng tự nhiên cũng không còn, thay vào đó là một khu công nghiệp ở phía bên phải ngọn đồi. Phía trái là khu dân cư và sau lưng họ là những khu vườn trồng cây ăn trái... Rume mất bản sắc và chìm lẫn giữa những vườn cây, nhà máy công nghiệp và ký ức hỗn độn của tôi.

Tôi kể cho Lữ Thảo nghe. Tiếng kèn harmonica của những con ma Tây đen trong lô cốt bỏ hoang từ thời thuộc địa. Ông Thày bước ra từ huyền thoại. Cái chết của cha tôi và Mặt trận Giải phóng. Cái lò than bé tí của tôi. Mùi hương của mẹ con Thị và đám lính Mỹ. Một hoà bình và chiến tranh của riêng tôi… những thứ mà Lữ Thảo không thể tìm thấy trong sách vở. Giữa những câu chuyện ấy, tôi đã tụt quần Thảo dưới một gốc cây điều và hôn cô. Tôi đã mơ màng trộn lẫn quá khứ hoang đường của cha mẹ tôi với tôi và Thảo trong một hiện sinh thực tại huyền ảo. Mùi của bà Mắm của Thị và của Thảo, câu chuyện của tôi không thể không lưu hương vĩnh cửu ấy.

"Anh bỗng có khao khát quay trở lại đây để sống những ngày còn lại."

"Sau khi hôn em ngay cạnh cái lô cốt thần thánh này?"

"Đúng thế. Với em."

Thảo bật cười lớn.

"Mới chút thế mà anh đã mụ mị rồi."

"Một cơn điên chân thành."

Sau chuyến đi chơi với Lữ Thảo, dường như tôi đã tìm thấy lý do để trở về Rume sống. Rume cần có Thảo như cha tôi cần có mẹ tôi ở đó, xưa kia. Thời điểm ấy, giá đất còn rẻ, nhất là nơi heo hút như thế này.

Một thế giới của riêng tôi.

Dù đủ sức khoẻ để chăm bón cây, tuy nhiên tôi vẫn phải thuê một người trẻ hơn phụ giúp. Anh bạn nhỏ này được gọi là Phúc Bò có lẽ vì kềnh càng và lầm lì ít nói. Nhưng Phúc Bò siêng năng giỏi việc. Cậu ấy có thể làm tất cả mọi việc cần thiết. Tôi cũng dành một miếng đất nhỏ phía bên kia lô cốt để làm chỗ cho Phúc Bò mang vợ con tới ở. Nhờ vậy, phần cơm nước của tôi đã có vợ của Phúc Bò chăm lo. Đôi khi, tôi cũng ngồi ăn chung với gia đình họ. Để có thêm thu nhập, tôi cho những người nuôi ong thuê đất. Việc của họ hoàn toàn không ảnh hưởng gì đến tôi hay cảnh quan của toàn khu vực.

Cuối khu đất của tôi có một con suối. Nước đầu nguồn đổ về như thác. Ở đó, tôi cho làm một cái chòi tránh mưa nắng đủ để ăn nhậu và nghỉ ngơi. Đời tôi, ghét nhất là mấy cây kiểng và các cây phong thuỷ. Tuy nhiên, tôi cũng trồng dưới đất vài cây hoa thân mộc cho thơm thảo căn nhà. Người ta bảo cây ngọc lan thường có ma nhưng tôi không sợ. Vì thế, sân nhà tôi chỉ có hai cây sứ cùi trắng và hai cây ngọc lan che phủ lối đi. Sát cổng, tôi trồng một cây sơ ri cổ kính. Phía sau nhà tôi trồng cây vối để lấy lá pha trà. Chen giữa đám cỏ nhung, tôi trồng rải rác khắp vườn mấy cây ăn trái như xoài, mít, vú sữa... đặc biệt là cây chôm chôm. Tôi thích những chùm chôm chôm tưng bừng trên cành như những bông hoa.

Người dân xung quanh đây, họ gọi tôi là ông Thày giống như cha tôi ngày trước. Có thể họ nghĩ tôi từng đi dạy học, hoặc trông tôi giống "học giả" nhờ đôi kính cận. Dẫu sao, tôi cho đấy là điều may mắn, tốt đẹp. Lỡ như họ gọi tôi là phú ông hay một gã giang hồ gác kiếm thì cũng đành chịu. Làm sao cãi được với cảm nhận của dân gian.

Thỉnh thoảng, Lữ Thảo lái xe lên thăm tôi và ở lại vài ngày. Cô ấy cũng đảm nhiệm việc cung cấp sách và giới thiệu cho tôi các bộ phim mới.

"Anh không được già thêm." Cô ấy bảo.

Tôi không nghĩ sách hay phim có thể giúp tôi khỏi già

đi hay lú lẫn. Nhưng tôi tin tình yêu sẽ khiến tôi trẻ lâu. Cho dù tôi đã từng dựng am xây chùa, nhưng tôi không tin vào khả năng chữa lành của việc tu hành. Tôi hy vọng vào việc hành thiện và một lương tâm công chính, tuy nhiên trên tất cả, tôi xác tín đạo là vô cầu. Không chính không tà.

Ngay trong tuần lễ đầu về sống ở Rume, một anh công an đã đến gặp tôi thăm hỏi và yêu cầu tôi làm vài thủ tục hành chánh. Tôi đùa, nói tôi đã như cây cỏ ở Rume cần gì hộ khẩu, thường trú hay tạm trú. Nhưng anh công an từ tốn bảo vẫn phải làm thủ tục bác ạ. Anh ấy giúp tôi mọi chuyện.

Thấy tôi có tủ sách, anh ấy hỏi "Trước bác làm gì?"

"Tôi làm nhiều thứ lắm, mà cũng không có nghề nào liên quan đến sách vở."

"Đọc sách cũng tốt mà bác."

Tôi cười.

"Tôi trang trí cho vui mắt thôi."

Cứ vài tháng anh công an lại đến nhà tôi thăm hỏi. Tôi không vui, không chỉ vì anh ấy là công an, đơn giản là tôi không muốn tiếp ai tại nhà.

Một ngày bình thường khi tôi ở Rume đã đủ lâu, anh công an đi cùng một ông cũng trạc tuổi tôi đến nhà.

Anh công an giới thiệu, "Ba cháu."

Tôi bắt tay ông ấy.

"Chào anh, tôi là Thạch Xung."

Ông khách không được mời, cười cười "Trước kia tôi

có biết một người cũng tên Thạch Xung, không biết có phải là anh không?"

"Dạ, tôi cũng không chắc."

"Anh cố nhớ xem."

Nhìn kỹ mặt ông khách, tôi cũng cảm thấy hơi quen thuộc. "Anh là người của Mặt trận Giải phóng đã từng tiếp xúc với tôi trước kia?"

Ông khách vui vẻ cười lớn. "May là tất cả chúng ta còn sống."

Tôi mời họ vào nhà. Đãi nước vối nóng.

"Sống sót là điều kỳ diệu nhất cho dù chúng ta đã có những cái may khác nhau."

Ông khách cười vui. "Tất nhiên, ông bạn."

Ông ta tự nhiên và thoải mái hơn tôi, cũng tất nhiên. Trước sau, ông ta vẫn là một áp lực. Tôi tránh né và thủ thế.

"Trong số những việc anh làm trước kia, tôi thật sự ái mộ việc anh dựng am giả vờ tu hành."

Tôi cười, "Cũng chỉ là tôi tìm cách sống sót. Bắt chước các anh thôi."

"Thì đúng là chiêu của chúng tôi, nhưng cách anh thực hiện và lý giải về hành động ấy khiến tôi nể đấy."

Tôi nhớ lại có lần Lữ Thảo nói với tôi về Michel Foucault, đại khái theo Foucault thì chủ nghĩa Marx đã luẩn quẩn và tự trói chân mình vào một thứ quyền lực là dùng một giai cấp này để đàn áp một giai cấp kia theo chính cái mà họ lên án.

"Nhưng rồi chính các anh đã bắt tôi đi tù cải tạo về việc ấy."

"Cũng là thời thế." Ông khách biện bạch.

"Và các sai lầm khác cũng chỉ là vậy?!" Tôi hơi gay gắt.

Ông khách lắc đầu. "Lịch sử vốn có trật tự riêng của nó theo một định mệnh mà sự can thiệp của con người do ý chí của mình không phải lúc nào cũng đúng. Đó chính là giới hạn của thời thế. Dẫu thế nào, chúng ta vẫn phải sống với nó."

"Dạ, không chạy đâu cho thoát."

Ông khách hiểu hàm ý mỉa mai của tôi. Ông ấy vốn thông minh như tôi thấy trước kia. Tôi chưa bao giờ được giải phóng.

"Mừng là anh đã có một cơ ngơi đẹp."

"Dạ, nhờ ơn cách mạng."

"Anh vẫn chưa hết cay cú nhỉ."

"Không. Tôi đùa thôi."

Sau lần gặp đó, ông và tôi thành bạn quê. Mặc dù tôi đã biết tên ông ta, nhưng khi kể chuyện cho Lữ Thảo nghe, tôi thích gọi ông ấy là Ông Giải Phóng. Thỉnh thoảng tôi rủ ông ra tắm suối và ăn nhậu. Ông ấy cầu kỳ trong việc chọn rượu. Khi người ta có tiền thì người ta có quyền. Ông ấy giờ đây không giải phóng giai cấp nữa mà giải phóng rượu lâu năm như một nhà quí tộc.

"Ông Giải Phóng mùi gì?" Lữ Thảo hỏi.

Tôi buồn cười nhưng cũng nghiêm túc trả lời nàng.

"Ông ấy mùi hoa sim."

"Thật à?"

"Thật."

"Cũng kín đáo nhỉ."

"Ừ. Tinh vi."

"Không biết là hoa sim của Hữu Loan, Bùi Giáng hay ông Vũ Đức Sao Biển?"

"Của Mặt trận Giải phóng."

Khúc con suối trong đất tôi ơn giời khá đẹp. Mực nước thấp nhưng vẫn trong trẻo nhờ có nhiều tảng đá lớn. Khi dòng nước chảy qua đất tôi, gặp chỗ dốc tạo ra những cơn sóng nhẹ. Tôi và Lữ Thảo thích ngồi tắm ở đó cho nước vỗ lưng.

"Anh sờ em đi."

Tôi vừa sờ vừa kể cho Thảo nghe lần tôi bơi qua sông để thoát kiếp đào binh khốn nạn.

"Khi nhảy xuống sông, anh biết chắc mình sẽ sống, mặc dù tiếng súng nổ vèo vèo qua tai. Hồi nhỏ anh đã từng bơi ngược con suối này."

"Khi bơi qua sông lần đó, nếu anh không gặp anh Thạch Xâm thì sao?" Thảo hỏi.

"Chắc anh đã thành Việt cộng rồi. Chẳng còn chọn lựa nào khác."

Nàng hiểu.

"Anh đã từng đến đầu nguồn một con sông chưa?"

"Cũng có thể là đã, mà nói chưa cũng đúng."

"Sao thế?"

"Anh đã từng thuê thuyền đi đến cuối một dòng sông, nơi không thể đi thêm được nữa. Anh cũng từng đến nhiều chỗ mà thấy nước rỉ ra từ đất để tạo ra các dòng chảy như khe suối. Nhưng anh vẫn không cảm nhận được thế nào là đầu nguồn."

"Anh lại muốn nói chuyện siêu hình à?"

"Không. Không."

Tôi ôm nàng, xoa nhẹ hai bầu vú. Thảo đẩy tôi ra.

"Anh nhìn trời kìa."

Thượng đế không ở trên cao. Những đám mây trôi đi.

"Trời sẽ mưa." Tôi nói.

Chúng tôi về nhà. Phúc Bò cho biết, anh công an mang cho quà, nói của ba anh ấy gởi.

Tôi mở gói quà. Một chai rượu sâm Ngọc Linh. Đấy là loại rượu chủ nhân ngâm chỉ để uống hoặc tặng, không bán. Sâm thật.

"Người thật, việc thật đây."

Trong một xã hội mà không có điều gì đáng tin thì uống một chai rượu thật cũng là quí.

Tôi bảo Phúc Bò, "Trong tủ lạnh có thịt heo tộc, cậu nhờ bà xã làm gì đó cho tụi tôi ăn nhé."

Thịt do Lữ Thảo mang đến. Cũng là thịt sạch do người quen cung cấp.

Cơn mưa ập đến. Bất chợt Thảo lên tiếng khi từ trong phòng tắm bước ra, như thể chân lý vừa được phát hiện.

"Mưa là đầu nguồn." Thảo vẫn chưa quên câu chuyện về dòng sông.

Tôi bật cười lớn. Đầu hay cuối, thật vớ vẩn. Tôi nhớ lại một người bạn đã chết từng nói, *"không ai biết hết trọn một dòng sông"* (*). Có lẽ cũng là một công thức như câu của Ông Giải Phóng nói với tôi khi lần đầu gặp lại, "cái giới hạn của thời thế" của một con người hay một thế hệ để biện bạch cho sự sai lầm.

"Sự tỉnh ngộ là uống rượu nóng trong cơn mưa mới tuyệt thú." Thảo lúc nào cũng như mai phục trong câu chuyện của chúng tôi.

"Giữa hoang vắng, sự có mặt của một phụ nữ đẹp và nồng nàn không phải là tiên cảnh sao." Tôi phụ hoạ.

"Cũng hơi hướng ngôn tình Hoa ngữ nhỉ."

"Đỉnh của sến mà."

"Cũng đúng. Yêu mà không sến thì vứt."

Tôi ôm Lữ Thảo ngửi mùi da thịt mới tắm của nàng.

"Em mùi gì?" Thảo hỏi.

"Mùi sa mạc."

"Anh đến sa mạc chưa?"

"Chưa."

"Sao biết em mùi sa mạc?"

(*) Hạ Đình Nguyên.

"Anh mường tượng thế. Bất kỳ lúc nào hôn em, anh cũng thấy sa mạc."

"Em thích."

Mùi thức ăn thơm phức. Trong không gian, thoảng tiếng hát ru con của vợ Phúc Bò vọng sang. Buồn xa vắng. Lữ Thảo không muốn có con. Không muốn bất cứ một hệ luỵ gì. Cô ấy là một sa mạc hoang vu.

2. MÙI THÚ HOANG

Xưa nay tôi vẫn thích chữ "duyên" của Phật giáo. Có duyên thì có khởi. Tôi vẫn coi trường hợp Phúc Bò đến với tôi như một ơn lành cho tuổi già. Khi đi xem đất để mua, tôi gặp Phúc Bò đang chăn mấy con bò phía bên kia con suối. Cảnh tượng như trong một bức tranh. Rợn một bãi cỏ dại, có tí ngang tàng của thảo khấu miệt vườn, có tí mênh mang thảo nguyên, có tí vô tâm vô tướng như trong "thập mục ngưu đồ" và có tí u sầu trong ký ức tôi thuở thơ ấu ở Rume. Toàn cảnh ấy rúng động tâm can tôi.

Rốt cuộc, tôi đã là gì?

Tôi không biết. Một nỗi xao xuyến bất chợt khiến tôi không thể không chạy tới gặp gã chăn bò đó. Như thể đó là một tôi thất lạc vừa tìm thấy. Tôi gọi sang bên kia suối.

"Chú em ơi… chú chăn bò ơi…"

Gã chăn bò ngơ ngáo nhìn về phía tôi, rồi coi như không có gì, gã bỏ đi với đàn bò. Tôi vội vàng lội qua suối đuổi theo. Sợ gã biến mất, tôi hỏi tên tuổi và chỗ ở của gã.

Không tìm mà gặp. Khi tôi mua xong miếng đất, việc đầu tiên là tôi gọi Phúc Bò về. Cậu ấy đi theo tôi không đắn đo. Tôi cũng dặn bảo Phúc Bò mang vợ con theo để tôi có một gia đình.

Lữ Thảo cũng thích nhà Phúc Bò. Mỗi lần cô ấy đến đều mang quà cho mấy đứa nhỏ. Có Phúc Bò, tôi không phải bận tâm điều gì về trang trại. Tôi có thể xa Rume nhiều ngày mà không phải lo.

Có một mối tương thông kỳ lạ giữa Phúc Bò và các bậc trưởng thượng thời tôi tham gia hoạt động chính trị, rất thần bí. Họ là hai thế giới khác biệt. Thời điểm cũng khác. Nhưng cứ nhìn thấy Phúc Bò là tôi nhìn thấy các "lãnh tụ" kia. Như oan gia trái chủ. Mùi Dunhill pha lẫn thuốc phiện của bậc trưởng thượng và mùi phân bò của Phúc Bò luôn quyện vào nhau khiến tôi không thể phủ nhận cái tình huống oái oăm hiện thực xã hội chủ nghĩa, giữa tính vô sản của một anh nông dân và tính tư bản đặc thù của kẻ thống trị mà tôi cũng là một thành tố của cái phức hợp hãm tài ấy. Một cảm thức sặc mùi chính trị về mối tương quan giữa các giai cấp trong xã hội. Cho dù mùi Dunhill pha lẫn thuốc phiện đã là quá khứ và tôi đang sống chan hoà với Phúc Bò và gia đình cậu ấy, mùi phân bò và mùi mồ hôi người.

"Anh chưa bao giờ nói tên của bậc trưởng thượng hay Ông Giải Phóng, tại sao?" Lữ Thảo hỏi.

"Có lẽ anh nghĩ hành động và phong cách của họ sẽ mô tả đúng họ hơn là một cái tên. Cũng vì họ quá tiêu biểu cho những thế lực trong một giai đoạn lịch sử. Tuy nhiên, nếu em thích thì cứ đặt một biệt hiệu nào đó cho họ như cách em đã gọi ông bạn hàng xóm của chúng ta là Ông Giải Phóng."

"Vậy thì em sẽ gọi lão đại diện cho phe quốc gia của anh là Cụ Dunhill nhé."

Tôi cười, "Hay đấy. Nhưng anh không phải phe quốc gia."

Lữ Thảo cười lớn hơn, "Cụ không muốn bị coi là Ngụy à?"

"Anh chưa bao giờ là Nguỵ."

"Á... cụ lại thời thượng vào phe nước mắt (*) sao?"

"Đồ đểu."

Tôi đè Lữ Thảo xuống cù nách nàng để trấn áp cái giọng điệu hỗn hào rất đáng yêu ấy.

"Thôi... Thôi..."

Có lần Cụ Dunhill mời tôi, "Làm một bi cho ấm nhé."

Tôi biết đấy là một ưu ái cực độ của trưởng thượng dành cho mình nhưng tôi từ chối. Mùi thuốc phiện thơm hơn cả trong các loại ma tuý, nhưng nằm bàn đèn không phải phong cách tôi. Lần ấy, Cụ Dunhill đã kể tôi nghe về việc Mỹ đã sử dụng phong trào đấu tranh Phật giáo để hạ bệ anh em tổng thống Ngô Đình Diệm như thế nào. Những phân tích của cụ đã khai mở tôi về cái gọi là chiêu trò trong chính trị. Có lẽ đó cũng là một trong những điều đã góp phần làm tôi chán chính trị.

Lữ Thảo thủ thỉ bên tai tôi, "Chỉ có tình yêu là vĩnh cửu."

Rồi nàng ngửi nách tôi, "Anh có mùi đất thó."

"Mùi đất thó có vĩnh cửu không?" Tôi hỏi.

"Mùi của cái chết sẽ vĩnh cửu."

"Giết anh đi."

Lữ Thảo cắn vai tôi chảy máu.

"Em sẽ vắt kiệt anh đến chết."

(*) Dương Tường

Lữ Thảo cởi quần áo tôi.

Trong khi Cụ Dunhill thuộc mẫu tàn dư của Tự Lực Văn Đoàn lãng mạn tiểu tư sản, thì Phúc Bò hẳn nhiên đã là hậu duệ của Nam Cao, Nguyễn Công Hoan, Ngô Tất Tố… và trở thành giai cấp tiên phong của cách mạng bởi những người như Ông Giải Phóng. Còn tôi đích thực là đứa con hoang của hậu thuộc địa hiện sinh phi lý. Những phân mảnh của một miếng bánh nướng kẹp thịt bị cháy khét trên lò lửa thời gian. Vô nghĩa và phí hoài.

Tôi đã mang vác những điều không cần thiết.

Đôi khi tôi cũng thay Phúc Bò đi chăn bò những lúc cậu ấy phải làm việc khác. Không phải thiền hành hay tu tập linh tinh, việc chăn bò thật sự chữa lành tâm hồn tôi. Tôi tìm thấy tôi chân phương của rừng. Lữ Thảo thích gọi tôi là "Chàng cao bồi của em". Hạnh phúc đẹp đẽ của tôi là ngày ngày cho Thảo leo lên lưng bò ngồi, cùng nhau đi tìm cỏ. Tay cầm cái roi tre, tôi dắt bò và nàng đi tìm giấc mơ phiêu bồng.

"Tiểu thư có thấy oách hơn ngồi trên xe hơi mui trần không?"

Lữ Thảo cười khanh khách. Tiếng cười vang qua các lùm cây. Ba nghìn thế giới xao động.

Đưa Thảo ra dòng suối, nàng giết tôi trên tảng đá mòn. Tinh trùng tôi loãng dần.

Thị gọi cho tôi kể có một ông lão người Việt sống cùng thị trấn bảo có biết tôi. Ông ta rất siêng đi nhà thờ và thường tìm cách trò chuyện với người này người kia. Ông ta nói đã từng dẫn dắt tôi trên chính trường. Tôi biết ngay đó là Cụ Dunhill và chúng tôi đã kết nối lại với nhau.

Cụ Dunhill vẫn khoẻ và minh mẫn. Cụ cho biết đã di tản sang Mỹ ngay vào lúc cuộc chiến vừa chấm dứt. Cụ đã nhìn thấy trước cái sai lầm và sự sụp đổ của chế độ mình phục vụ từ rất lâu. Nhưng bản thân cụ và những người như cụ thật sự không thể tỉnh táo khách quan trước tình thế mới của đất nước cũng như những người đã đạp đổ cụ.

"Chúng ta đã ngã xuống trong bi kịch do chúng ta tạo ra. Cũng có nghĩa chúng ta chính là bi kịch."

Tôi đau xót nói với cụ. Tôi không mong gì cụ hiểu, thành kiến hay chấp niệm vốn là căn tính nhân loại.

Tôi cũng kể với cụ về gã chăn bò của tôi - Phúc, rằng không hiểu sao mỗi khi nhìn thấy Phúc Bò tôi lại thấy bóng dáng cụ trong đó. Tôi hỏi cụ có tin tiền kiếp không? Cụ nói tin. Tôi bảo có cảm giác như Phúc Bò và cụ vốn là một trong tiền kiếp nào đó. Cụ hỏi lại tôi, liệu có thể một sinh linh mà đồng thời có hai con người cùng tồn tại không? Tôi không thể lý giải.

Tôi còn cho Cụ Dunhill biết, Ông Giải Phóng hiện đang ở Rume cùng tôi và chúng tôi đã thành bạn. Cụ bảo thú vị nhỉ. Vâng, có những điều chúng ta không bao giờ mường tượng được. Nhưng cụ bảo họ không tin được đâu, cẩn thận nhé cậu bé của tôi.

Biết nói sao, tôi chắt lưỡi nhưng cụ đâu thấy. Tôi cũng già rồi mà.

3. MÙI Ở CHÂN MÂY

Phúc Bò hớt hải chạy vào gọi tôi bào có một nhóm khoảng năm, sáu người rất hung hăng, họ đang chặt phá trong vườn tôi. Tôi vội mặc cái áo khoác trong đó giấu bốn con dao găm đi theo Phúc.

Họ đều vào tuổi trung niên.

"Các chú làm gì đó? Đây là đất của tôi." Tôi quát.

"Chúng tôi chỉ muốn xin ít củi thôi." Một người trong số họ nói.

"Các chú đã được tôi cho phép chưa?"

"Ôi, cụ ơi. Cần gì phép với tắc. Bọn cướp đất chúng tôi, chúng có xin phép đâu?!"

Tôi hơi bớt giận.

"Các chú ở đâu tới? Bỏ dao xuống ngồi nói chuyện."

"Ở đâu à? Khó quá."

Hắn quay qua hỏi đồng bọn, "Chúng ta ở đâu tới?"

Chúng cười vang y như bọn cao bồi miền viễn Tây nước Mỹ.

"Cụ có rượu không?"

"Rượu thì có. Nhưng rượu chỉ để đãi bạn bè, không đãi bọn ăn cướp."

Bọn chúng bắt đầu có vẻ nể tôi. Bất chợt, tôi phóng một lưỡi dao vào thân cây trước mặt. Rồi tôi thủng thẳng bước đến rút con dao về. Chùi lưỡi dao vào quần.

Chỉ mặt bọn chúng, tôi nói "Muốn uống rượu của tôi thì phải là bạn tôi."

Cả đến Phúc Bò cũng ngơ ngác. Bọn chúng từng thằng nghiêm cẩn xin lỗi tôi. Tôi bảo Phúc Bò về nhà lấy mấy chai rượu.

Tôi biết loại cướp cạn này. Họ đi từng đoàn ngang nhiên vào vườn nhà người ta xin đểu.

Rượu vào lời ra, họ kể lể đủ điều mà không có điều chi lạ. Tôi không trách họ mà giống như họ, tôi oán những kẻ đã đưa họ đến bần cùng tuyệt vọng.

"Tôi không có khả năng giúp các chú vì tôi cũng từng như các chú, nhưng tôi nghĩ các chú đã dám liều đi ăn cướp thì cũng nên liều làm một cái gì khác hơn là làm khổ đồng loại."

Họ đứng lên. "Cám ơn cụ. Cụ chỉ là người gặp may thôi."

Rồi họ bỏ đi. Tôi nhìn theo và biết họ sẽ không quay lại.

Lữ Thảo nói, "Anh Phúc phục anh sát đất."

"Chuyện gì?"

"Chuyện anh phóng dao á."

Tôi cười, "Thế thôi à?"

"Dạ. Sao anh giỏi thế?"

"Chỉ là cách để tồn tại."

"Ngày xưa, anh từng là dân du đãng phải không?"

"Ừ. Em sợ không?"

"Mắc gì sợ. Anh có du đãng với em đâu."

"Ừ. Anh chỉ muốn làm một gã cao bồi già dắt bò đưa em đi chơi thôi."

Một cảnh tượng thanh bình được đẩy tới cảnh giới lãng mạn siêu phàm trong cái rất phàm.

"Anh có biết anh rất tuyệt không?"

"Nhờ có em."

Anh công an đến gặp tôi hỏi về vụ băng cướp. Tôi nói không có gì. Bần cùng sinh đạo tặc. Tôi biết việc ấy quá tầm của một anh công an khu vực.

Ông Giải Phóng, cha của anh công an tất nhiên biết rõ lý lịch tôi, biết tôi từng là một đại ca số má, nhưng ông ấy vẫn khuyên tôi phải cẩn thận, đừng coi thường bọn liều mạng. Tôi rất muốn mỉa mai ông, nhưng tôi kiềm chế được vì tôi hiểu ông cũng chỉ là con người của một giai đoạn.

Cho qua.

Phúc Bò hỏi ý tôi có nên nuôi mấy con chó giữ nhà? Tôi bảo việc ấy giao cho cậu, tôi không thích chơi với thú vật. Phúc Bò mang về ba con chó Phú Quốc khá đẹp. Phúc Bò biết cách dạy dỗ chúng vệ sinh và trông coi nhà cửa. Nhưng tôi không bao giờ cho bọn chó vô nhà, tuy tôi cũng không đến nỗi ghét chúng. Tôi không chịu được mùi hôi của chó.

Cụ Dunhill bảo con người nên học tập sự trung thành của loài chó. Tôi không thích quan điểm trung thành của cụ. Tôi không chấp nhận sự phản bội, nhưng tôi cũng không đề cao sự trung thành bởi con người có nhận thức và biết phán đoán. Trung thành như loài chó chỉ là một phản ứng có điều kiện và mang tính nô lệ.

"Tôi tin vào lòng tốt và sự tử tế của con người."

Cụ Dunhill bảo, "Khi con người trở thành cộng sản thì lòng tốt và sự tử tế cũng chỉ là phương tiện."

Tôi nghĩ Cụ Dunhill không còn khả năng "giáo dục" nói theo kiểu mấy ông cộng sản. Cụ cực đoan và thành kiến đến độ không phân biệt được giữa sự chuyên chính hoặc chuẩn mực trong chính sách xã hội và sự bất lương hoặc lòng trắc ẩn trong cảm tính mỗi cá nhân.

"Con người có thể tàn ác, bất chấp… nhưng tính người sẽ không bao giờ mất đi."

Tôi nói đó là lý do xã hội vẫn luôn tồn tại.

Lữ Thảo hỏi "Anh có sợ một ngày nào đó em sẽ không yêu anh nữa?"

"Anh sợ sẽ không sống nổi nếu mất em."

"Khi chưa có em, anh vẫn sống. Khi không còn em, anh cũng sẽ sống. Chết sao nổi?! Nhưng thà cứ giả dối như thế, còn hơn anh bảo sẽ tìm một người khác. Một người khác rồi cũng sẽ có, nhưng hãy để điều đó cho mai sau."

Tôi ôm Lữ Thảo thật chặt. Tôi sợ mất nàng. Tôi không còn thời gian để làm lại bất cứ điều gì. Điều khác biệt lớn lao nhưng Thảo không cảm nhận được, tôi chỉ còn một quá khứ u buồn và một hiện tại bấp bênh, trong khi nàng vẫn có một tương lai đầy hứa hẹn. Sự khác biệt ấy tạo ra một khoảng cách của nhận thức và cảm xúc trong đời sống giữa chúng tôi. Sự thương cảm và dục tình gần như trở thành mối giao hoà duy nhất gìn giữ chúng tôi với nhau. Thương cảm sâu thẳm và dục tình say đắm.

Năm nay, Rume mưa nhiều hơn. Gần như ngày nào cũng mưa. Tôi bị chôn chân giữa vườn cây sũng nước. Lữ Thảo vì thế cũng ít đến với tôi hơn. Tôi nhớ Thảo da diết. Tôi càng cần Thảo hơn.

Vợ Phúc Bò cố gắng làm nhiều món ăn ngon cho tôi. Tôi biết ơn cô ấy.

Con trai tôi cũng an ủi, "Bố cứ sống như bố muốn. Đừng ngại."

Tôi hỏi Ông Giải Phóng, "Còn nhớ Cụ Dunhill không?"

Ông ấy hỏi lại, "Có phải ông ngày xưa đã đỡ đầu cho anh khi tham gia chính trường không?"

"Đúng rồi."

"Ông ấy vẫn còn sống à?"

"Vẫn minh mẫn."

"Ông ấy là đại phản động. Quan hệ với ông ấy không phải là điều tốt."

"Tôi cũng phản động mà."

"Anh khác. Bây giờ ông ấy ở đâu?"

"Mỹ."

"Mẫu người như ông ấy thì không khỏi tham gia Việt

Tân." (*)

"Tôi cũng không biết. Chúng tôi không nói chuyện chính trị."

Bữa nhậu tự dưng mất vui. Câu chuyện trở nên nhạt nhẽo. Dù tôi tin Ông Giải Phóng sẽ không làm gì có thể phương hại đến tôi, nhưng tôi không thể không dè dặt. Có những khoảng cách không thể lấp đầy.

Lúc ra về, Ông Giải Phóng vỗ vai tôi.

Tôi không có gì phải sợ hãi. Tôi vẫn yêu cuộc đời này. Tôi vẫn ham sống và muốn tận hưởng cái hiện tại phập phù với Lữ Thảo. Mỗi ngày qua đi là một mất mát, tôi không thể bỏ phí.

Cụ Dunhill bảo sống sót được đã là may mắn. Đừng để hối tiếc vì điều gì. Dạ vâng, tôi vẫn đang sống như thể sống sót. Như ân sủng và lòng biết ơn. Chuyện gì cần làm vẫn cứ phải làm.

"Chúng ta đã mất cả một tổ quốc. Đừng để mất thêm con người mình." Cụ Dunhill nói.

Tôi không bao giờ tranh luận với cụ. Sự từng trải của cụ khác tôi.

"Tổ quốc không bao giờ mất đi." Tôi bảo cụ.

Chỉ có sự hẹp hòi của con người làm cho chúng ta mất nhau.

Một hôm Phúc Bò nói với tôi, "Ông công an nói con theo dõi bác."

(*) Việt Tân, một tổ chức chống Cộng bị nhà nước ghép tội khủng bố, hoạt động tại Mỹ.

Tôi cười, "Rồi cậu nói sao?"

"Con nói con không làm chuyện đó được."

Tôi bảo, "Công an có hỏi, cậu cứ nói như những gì cậu biết. Không sao."

"Không, con không nói đâu."

Tôi tin Phúc nên không dặn dò gì thêm.

Về thành phố nhiều hơn để tôi có thể gặp được Lữ Thảo nhiều hơn, tôi dường như trở nên vội vã.

Một lần trở về Rume, tôi nghe Phúc Bò báo, ba con chó của chúng tôi đã bị đánh bả chết. Không phải bọn trộm chó, vì xác chúng vẫn còn nguyên trong sân. Vợ con Phúc thương khóc như tôi chết. Phúc Bò đã chôn chúng gần bờ suối.

Khoá cửa nhà không bị phá, nhưng tôi biết nhà đã bị đột nhập và hẳn nhiên máy tính tôi đã bị kiểm tra và sao chép toàn bộ dữ liệu. Nhật ký truy cập có mấy trang web sex, tôi không xoá.

Coi như không có chuyện gì xảy ra, tôi bảo Phúc đi mua mấy con chó khác. Từ ấy, tôi thương chó hơn. Tôi không muốn chúng chết vì tôi.

Tin Cụ Dunhill qua đời đến với tôi khá muộn, khoảng vài tháng sau khi nhà tôi bị khám xét. Tình cờ qua một người bạn, tôi biết Cụ Dunhill bị đột quị ngay trên bàn ăn. Cái chết ấy gây ồn ào ở Mỹ. Cụ nổi tiếng không chỉ vì được các đời tổng thống Mỹ tham vấn về các vấn đề Việt Nam, mà còn là linh hồn của các tổ chức chống Cộng ở hải ngoại.

Tôi nhớ mùi Dunhill pha lẫn mùi thuốc phiện trong căn

phòng kín gió nhà cụ. Tôi nhớ những chiêu trò chính trị của cụ. Tôi nhớ những khi cụ gieo quẻ bói toán và trầm ngâm bên tách trà. Cái thứ quyền lực mà cụ theo đuổi dường như không phải hoạn lộ, không phải là sinh sát. Nó lớn lao hơn danh vọng và tiền bạc mà tôi mơ hồ không hình dung được. Tuy thế, tôi cũng đã từng thất vọng về Cụ Dunhill cũng như các chính khách khác về sự mê tín của họ. Tôi không tin sự thông hiểu Kinh Dịch hay các khoa tử vi, cầu cơ, đồng cốt này nọ có thể là minh triết cho các giải pháp nhân sinh. Một nền chính trị không dựa trên các phương pháp khoa học quản trị, chỉ là một nền chính trị yếm thế và thiếu căn cơ.

Với riêng tôi, cái chết của Cụ Dunhill còn được coi như kết thúc tất cả những liên quan của tôi với chế độ cũ.

4. MÙI TIẾT CANH

Đã có một Rume khác.

Đàn bà con gái ở đây không sợ thất nghiệp, cũng không sợ không tìm được đàn ông như truyền thuyết của các nhà truyền giáo xưa kia. Không thiếu đàn ông, nhưng để lấy được một người chồng đáng tin cậy cũng không dễ dàng. Tuy nhiên, không hài lòng với trai bản xứ, họ vẫn có thể tìm chồng người nước ngoài mà không sợ bị kỳ thị hay khinh miệt kiểu "me Tây", "me Mỹ" như thời thuộc địa cũ, mới. Chẳng những thế, lấy chồng ngoại giờ đây còn được coi là phước đức. Giải pháp thoát nghèo và thoát ế hiệu quả đơn giản nhất là chấp nhận gả bán cho mấy anh Trung Quốc, Đài Loan hay Hàn Quốc… Chạy vạy giỏi hơn thì kiếm được một chân xuất khẩu lao động chính thức, không thì đi chui bất chấp nguy cơ mất tiền, mất mạng. Kiểu gì cũng có cơ hội đổi đời.

Đã lâu, Lữ Thảo không về Rume.

Vợ Phúc Bò gợi ý với tôi, "Để con tìm cho chú một cô được không? Cũng không bao nhiêu đâu."

Tôi mắc cười, "Không bao nhiêu là bao nhiêu?"

"Nuôi người ta và chu cấp tiền bạc để người ta phụng dưỡng cha mẹ á chú."

Tôi không cười được nữa. Nghiêm túc thật. Xem ra báo hiếu có thể biện minh cho mọi hy sinh. Cũng như Thuý Kiều của Nguyễn Du.

Tôi nói, "Chú biết con lo cho chú, nhưng chú không có nhu cầu tìm một người hầu hay để hầu. Cho dù vắng cô Thảo, chú cũng không có nhu cầu tìm người thay thế. Chuyện này chấm dứt ở đây nghe không."

Vợ Phúc Bò sợ tôi mắng, líu ríu đi ra.

Tôi nhớ Lữ Thảo và thương cho thân phận đàn bà. Tôi yêu sự lãng mạn của mẹ tôi. Thảo đi tu nghiệp ở Mỹ một năm. Một năm đó, chắc gì tôi còn Thảo. Thảo cũng như mẹ tôi, họ biết sống cho bản thân. Tôi sẽ không trách Thảo nếu nàng bỏ tôi hoặc lang chạ với ai đó. Tôi coi đó là điều bình thường.

Thỉnh thoảng Lữ Thảo email cho tôi kể chuyện học hành và những chuyến đi chơi với bạn bè. Nàng cũng gởi hình cho tôi xem. Trong số những hình ảnh đó, có một vài tấm gợi cảm. Có vẻ như Thảo muốn tìm kiếm sự ngưỡng mộ của đàn ông. Yếu tính của đẹp là chinh phục. Bản chất của đẹp là phô trương. Tôi yêu Thảo nhưng không thể ghen. Một gã đàn ông nào đó, Thảo không nói tên, đã ôm Thảo như một người tình.

Rume hiu hắt.

Ông Giải Phóng vẫn đến chỗ tôi uống rượu. Đôi khi, ông mang theo đặc sản đãi tôi.

"Thế giới phức tạp quá." Ông Giải Phóng nâng ly mời.

Tôi bảo, "Không phức tạp thì chỉ có tìm thấy ở Rume."

"Cũng không chắc đâu."

Từ khi nhà tôi bị đột nhập, tôi không tin ai nữa.

Tôi nói tránh đi, "Sự an tịnh chỉ có thể tìm thấy ở bên trong."

"Nhưng sự thù địch thì bao giờ cũng từ bên ngoài."

"Tôi không quan tâm nữa. Một ngày trôi qua, thấy mình còn sống là đủ vui. Cái từ bên ngoài mình không quyết định được. Đâu có gì bảo đảm ngày mai tôi không bị bắt."

Có lẽ Ông Giải Phóng cũng thấy tôi nói kháy, ông nhún vai.

"Cô Thảo không đến nữa à?"

Không muốn cho ông ấy biết Thảo đã đi Mỹ, tôi lấp lửng "Tôi cũng không biết thế nào."

Ông Giải Phóng đi hơi xa và ông đã biết phải dừng lại. Tôi nâng ly, "Chúng ta chỉ có một lần để sống, nào uống…"

Hai ông già cùng dừng chân ở Rume nhưng vẫn là " hai phương trời cách biệt".

Phía ngoài cổng, hình như có người muốn gọi. Không thấy Phúc Bò đâu, tôi đành phải bước ra. Một thiếu phụ với hai cô con gái nhỏ xinh đang đứng nhìn mấy cây sứ nhà tôi.

Tôi hỏi "Cô cần gì?"

"Dạ, các cháu nhà con muốn xin ông mấy bông hoa rụng."

Tôi bảo "Được, vào đi."

Mở cổng cho mẹ con họ, tôi bảo "Thoải mái nhe. Tôi không tiếc đâu."

Cô ấy cười, nụ cười duyên dáng sáng ngời "Dạ, con cám ơn. Các cháu xin ít bông để kết vòng hoa tặng cô giáo thôi ạ."

"Dễ thương quá."

Tôi để họ tự nhiên, tiếp tục vào bàn nhậu với Ông Giải Phóng.

Rume bây giờ toàn cư dân mới. Ông Giải Phóng cho biết, người mẹ trẻ ấy từ miền Tây lên. Cô ấy làm trong một nhà máy gia công đóng giày ở phía bên kia quốc lộ. Thỉnh thoảng tôi lại đưa mắt nhìn ba mẹ con cô ấy. Da ngăm đen, cô có vẻ đẹp của gái Miên, chắc khoẻ và hiền lương.

"Cũng bắt mắt. Rất vượng phu ích tử." Tôi nói.

"Vượng đâu không thấy, cô ấy là mẹ đơn thân."

Đáng tiếc. Sự cực nhọc sẽ làm cho người ta trở nên cằn cỗi. Đừng để tôi thương cảm. Tự tôi đã quá đủ. Nhưng tôi nghĩ đến mấy đứa trẻ. Tôi đứng dậy mở tủ lạnh. May quá, còn một hộp bánh chocolat.

Thiếu phụ đứng ngoài nói to trước khi về, "Con cám ơn."

Đưa họ ra cổng, tôi cầm hộp bánh nói "Cho hai con nè. Lúc nào muốn xin bông thì cứ đến nhe."

Thiếu phụ cảm kích "Ôi, ông tốt quá..." Rồi cô bảo hai đứa con, "Cám ơn ông đi."

Chúng khoanh tay lễ phép cám ơn tôi. Tôi cười khen các cháu xinh và ngoan.

"Nhà ông đẹp quá." Thiếu phụ nói.

"Nếu cô thích thì lúc nào rảnh cứ dẫn các cháu đến chơi, như khách của tôi."

"Dạ… con chào ông."

"Không có chi."

Trở vào với Ông Giải Phóng, tôi nói "Nhìn họ cũng thấy vui."

"Nhưng nhìn bà mẹ thì vui hơn, phải không?"

Không muốn giải thích, tôi chỉ nói "Đó là một niềm vui khác."

Ông Giải Phóng và tôi chẳng mấy khi đồng điệu. Tôi không hiểu điều gì đã khiến chúng tôi vẫn có thể ngồi với nhau được. Tôi không sợ hiu quạnh hay cô đơn. Nhưng nhìn ba mẹ con người đàn bà trẻ này quấn quít bên nhau, tôi thấy cái đầm ấm của một gia đình, cho dù họ thiếu một người đàn ông. Họ đáng yêu.

Không thể nói tôi không thèm khát một cuộc sống gia đình. Tôi cũng từng có một gia đình, nhưng vợ tôi chết, con tôi xa cách. Cũng không trách được, con tôi giống y như bố, chọn đơn độc như một tự do.

Tôi mong muốn ba mẹ con thiếu phụ trở lại.

Và một bữa nọ, họ đã trở lại. Họ đã nhuốm mùi hoa, ngọc lan ma quái và sứ cùi nồng nàn.

Dù đã lâu, nhưng tôi có cảm tưởng như mới xa họ vài ngày.

Thiếu phụ nói, "Các cháu muốn đến chơi vườn nhà ông, nhưng con sợ phiền ông."

"Không sao. Tôi rất vui. Tôi mong các cháu cũng sẽ vui."

Tôi bảo Phúc Bò xích mấy con chó lại. Không ngờ hai

bé con lại thích chó. Chúng dạn dĩ làm quen với nhau. Mỗi đứa vuốt ve một con chó. Tôi yên tâm. Đi lấy một ít bánh và chai sữa tươi, tôi đặt trên bàn ngoài sân cỏ.

"Lúc nào thích, các cháu lấy bánh ăn nhé."

Quay qua người mẹ, tôi hỏi "Cô uống café không?"

"Dạ, mất công quá. Cho con xin ly nước lạnh thôi."

Tuy nhiên, tôi vẫn vào nhà pha hai ly café.

Tôi nói, "Café mộc đó. Tôi không chịu được cái thứ đã là café rồi còn tẩm ướp lung tung. Chẳng khác gì giết người."

"Dạ, giết người ạ?" Cô có vẻ kinh ngạc về cách ăn nói của tôi.

Tôi vội đính chính, "Không phải họ đầu độc người uống, nhưng cũng chẳng khác gì mấy."

"Ông làm con sợ. Chắc mai mốt không dám đi uống café nữa."

Tôi cười, "Vậy thì cứ đến nhà tôi mà uống."

Cô ấy cũng cười, vẫn miệng cười làm sáng cả khu vườn "Ông không sợ mấy mẹ con con ăn uống sập nhà ông à?"

"Sá gì. Mỗi ngày tôi chặt một cây điều bán củi chắc cũng đủ tiền cho mẹ con cô uống café sạch, ăn bánh ngon."

"Con chưa thấy ai lớn tuổi mà vui như ông."

"Không vui như cô tưởng đâu. Tôi chán lắm."

Lữ Thảo bỏ tôi rồi. Gã cao bồi già bây giờ thui thủi

chăn bò một mình. Như một bóng ma trên đồng vắng.

Khi Ông Giải Phóng đến thì cũng là lúc ba mẹ con Cô Hoa Sứ ra về.

Ông Giải Phóng nhìn tôi cười ra vẻ thán phục. "Ông tinh đời. Phải công nhận mẹ con cô ấy dễ thương thật."

Tôi bảo, "Cô Hoa Sứ hiền hậu."

Ông Giải Phóng không thắc mắc tại sao tôi lại gọi cô ấy là Cô Hoa Sứ. Tôi muốn cô ấy là hoa sứ.

Mang đến món tiết canh, Ông Giải Phóng tự khen "Tôi đánh tiết canh thì vô địch, ông thử đi."

Trước kia, thỉnh thoảng tôi cũng ăn tiết canh vịt, nhưng sau này tôi bỏ hẳn vì sợ dịch bệnh. Vả lại, tôi cũng nhận ra món tiết canh quá man rợ.

"Tiết canh gì vậy?" Tôi hỏi vì ngại, dân vùng này hay ăn tiết canh dê.

"Vịt."

Tôi không bao giờ ăn tiết canh những con thú khác.

"Quả là ngon."

Nếu tiết canh được coi như đặc sản của người Việt, tôi nghĩ dã man phải là một thuộc tính dân tộc. Và tất nhiên nó dẫn đến hệ quả chúng ta hùng dũng hát *"thề phanh thây uống máu quân thù"* (*).

Trong thực tế của cuộc sống, món "tiết canh đời" vẫn là thượng phẩm. Một bản anh hùng ca bất diệt. Sự hỗn mang của thịt thà trong dĩa máu là giao hưởng giữa

---

(*) Lời trong phiên bản đầu tiên của ca khúc Tiến Quân Ca, sau trở thành Quốc ca Việt Nam

đêm và ngày. Sự huy hoàng của cái chết và đức hy sinh cao cả của nhân dân.

Nhìn thấy máu đỏ loang trên mép ông bạn già, tôi sẽ phải say.

Và tôi say. Tôi không nhớ Thảo nữa. Hình ảnh ba mẹ con người thiếu phụ lởn vởn trong đầu tôi. Cô Hoa Sứ, Ni và Na. Mùi của sự đầm ấm đưa tôi vào giấc ngủ ban chiều.

Khi tôi tỉnh dậy, trời đã sập tối. Có thể tôi sẽ phải đối phó với một đêm dài mất ngủ. Những hồi ức không làm tôi day dứt, nhưng tôi vẫn hoang mang, cho dù tôi không quan tâm chuyện đúng sai nữa. Có lẽ quãng thời gian lập am tu hành đã mang lại cho tôi nhiều an ủi nhất.

Tôi nhớ Hà Việt.

Không như Ông Giải Phóng ám chướng, không như Cụ Dunhill trưởng thượng… Hà Việt đã từng với tôi như một người bạn thật sự. Cùng với Mi, Hà Việt đã ở bên tôi vào một thời điểm đáng sống nhất. Nếu tôi muốn, giờ này tôi vẫn có thể lập lại một kịch bản cũ. Nhưng tôi không muốn giả dối với mình và với người. Sự an lạc hay tịnh độ chỉ có thể là một diễn trình nội tại. Ít ra, Hà Việt đã cùng tôi chân thành trong việc hoằng pháp thiện lành nhất có thể. Tất nhiên, tôi chẳng bao giờ hết ngã mạn, nhưng tôi trung thực trong mọi hành vi. Thiền am Như Tuyền và chiếc quan tài của tôi trong tịnh thất vẫn còn nguyên trong ký ức, nó vẫn là nơi tôi hồi hướng như một nẻo về cho sự viên thành. Nhưng đã đến lúc tôi không cần một thiền am nào, cũng không cần một quan tài nào nữa. Mảnh đất này, bầu trời này chẳng phải là thiền am hay quan tài của tôi sao.

"Hà Việt, ông còn sống hay đã chết? Nước Mỹ tuy rộng lớn, nhưng đâu phải chỗ cho ông phiêu hốt. Những ấp ủ của ông lúc trước có lẽ giờ này hẳn ông phải thấy chỉ là trò trẻ con. Nhưng chúng ta đã không hề phí phạm tuổi trẻ, phải không?"

Tôi nói với Ông Giải Phóng "Chính trị tạo ra các mối quan hệ khốc liệt nhất, hoặc người ta gắn bó sống chết với nhau vì một lý tưởng, hoặc người ta trở thành thù địch một mất một còn cũng vì một lý tưởng. Chính trị tạo ra người thắng, kẻ thua. Chính trị không có hoà giải mà chỉ có thể thoả hiệp."

"Cuộc sống vốn là đấu tranh mà." Ông Giải Phóng đáp.

"Tôi chỉ nhìn thấy đó là bi kịch."

Nhưng chạy đâu cho thoát. Giữa tôi và Ông Giải Phóng là một tương quan bằng hữu hay chỉ là một thoả hiệp hàng xóm? Chúng tôi đồng lòng giết thời gian, đồng lòng giải khuây nhau trong khi chờ ngày Chúa lại đến.

5. MÙI CHUỘT ĐỒNG

Một vài tuần, Cô Hoa Sứ lại mang con đến nhà tôi chơi. Nhìn mẹ con họ vui vẻ, tôi hạnh phúc và mãn nguyện như thể đấy là thành quả của tôi.

Tôi rủ họ cùng đi hái trái cây. Hai đứa bé rất thích. Chôm chôm đang vào mùa. Tôi cầm theo cái sào và đưa cho Cô Hoa Sứ tự hái. Tôi phụ Ni và Na lượm chôm chôm bỏ vào giỏ. Mỗi lần Cô Hoa Sứ làm rớt trái xuống đất, Ni và Na cười vang.

"Hai con ăn thử đi, xem có ngon không?"

Tôi dạy chúng phải bỏ vỏ vào một cái túi. Không xả rác bừa bãi.

"Cứ hái nhiều một chút, ăn không hết thì mang về." Tôi nói với Cô Hoa Sứ.

Trở lại nhà, tôi dắt tay Ni và Na. Cô Hoa Sứ cầm giỏ chôm chôm đi sau. Tôi không biết cô nghĩ gì. Kệ, tôi và hai đứa nhỏ vui như tết.

Một buổi chiều, Ông Giải Phóng dẫn đến chơi một người đàn ông lạ và tặng tôi một bịch quà.

"Chia bớt cho ông. Măng khô Tây Bắc do ông bạn đây mang từ quê vào."

"Ồ, quí quá. Cám ơn hai ông."

Tôi đưa bịch quà cho Phúc Bò nói, "Nhờ cô ấy nấu cho bọn tôi nồi canh giò heo giã rượu."

Quay qua hai ông khách tôi bảo, "Ít nhất hai ông phải ngồi với tôi cho đến lúc trăng lên. Đêm nay rằm đấy. Rượu không thiếu."

Chúng tôi ngồi giữa sân. Mùi hoa sứ diệu vợi.

Ông bạn mới họ Giàng, được giới thiệu là cựu đại tá, từng tham gia trận Cổ Thành Quảng Trị.

Tôi cười tự diễu, "Còn tôi, tôi chỉ là kẻ trốn chạy. Luôn luôn trốn chạy. Nên chẳng chẳng làm gì ra hồn."

Ông Giải Phóng đỡ lời, "Nhưng ông lại là kẻ làm người hay nhất như tôi biết."

"Cũng xoàng thôi."

Người Họ Giàng tỏ ra thâm trầm, "Điều quan trọng không phải là tôi đã làm gì, mà vấn đề là, tôi là ai. Tôi nghĩ thế."

Bất ngờ, Ông Giải Phóng hỏi bạn, "Ông đã nghĩ đến chuyện xin xét nghiệm ADN chưa?"

Tôi ngờ ngợ có điều gì khác thường nơi Người Họ Giàng này.

"Tôi đã từng rất trăn trở về thân phận của mình. Nhưng rồi tôi lại nghĩ, là ai thì cũng vẫn là tôi bây giờ. Có khác gì đâu. Tôi cần phải sống như chính tôi, chứ không phải dòng dõi."

Trăng đã lên. Tôi tắt hết đèn ngoài sân. Ánh sáng huyền hoặc trên những lá cây. Chúng tôi như những bóng ma. Máu của quá khứ đã khô từ lâu.

"Thật ra, tôi cũng từng nghĩ tôi đã một lần chết khi bị đưa vào trận đánh Cổ Thành. Nhưng tôi sống sót, thì cuộc sống này là của chính tôi. Không thuộc về ai khác. Tôi không bận tâm về nhân thân mình nữa." Giọng Người Họ Giàng khô queo.

Tôi cũng chẳng bao giờ quan tâm đến dòng dõi hay truyền thống. Tôi là ai do chính tôi tạo ra. Tôi tự chịu trách nhiệm về cuộc đời tôi, kể cả thời thế có dồn tôi vào chân tường.

"Rất mong sẽ được gặp lại ông như một người bạn." Tôi nói khi chia tay họ.

"Tôi cũng chân thành mong được có một người bạn như ông." Người Họ Giàng vỗ nhẹ lưng tôi.

Ông Giải Phóng đùa, "Các ông cũng uỷ mị phết nhỉ."

Sự cảm động đôi lúc làm cho chúng ta yêu cuộc sống hơn.

Sáng sớm, tôi nghe tiếng gọi gấp gáp ngoài cổng. Cũng hơi lạ, tôi vội bước ra. Ba mẹ con Cô Hoa Sứ đang đứng trước cổng.

"Ông cho con gởi hai bé."

"Có chuyện gì vậy?"

"Chiều về con sẽ nói sau. Giờ con phải đi làm."

Dẫn hai bé vào nhà. Mỗi bé một balo quần áo, một vụ tị nạn.

"Các cháu ăn gì chưa?"

"Dạ, chưa."

Nấu mì gói cho hai bé, cho thêm mỗi tô một trứng gà… tôi bỗng nhiên thành người giữ trẻ. Cũng vui. Dù tôi có con nhưng ít được chăm sóc con. Thời ấy, cuộc sống quá vất vả, tôi thường xuyên phải xa nhà. Mọi việc do Mi quán xuyến.

Ni và Na rất ngoan. Tôi đưa hai bé sang chơi với mấy đứa con nhà Phúc Bò và nhờ vợ chồng cậu ấy trông coi luôn.

Không muốn bận lòng về lý do Cô Hoa Sứ phải cho con tị nạn, tôi kiếm cái cuốc đi dọn cỏ. Nhưng lòng tôi nào có yên. Tôi vất cuốc ra suối bơi. Lữ Thảo giờ ra sao, tôi cũng không biết. Tôi cố bơi ngược dòng như hồi nhỏ tôi đã từng, nhưng tôi chỉ bơi được một đoạn ngắn thì buộc phải dừng lại. Tôi ngồi trên tảng đá mà Lữ Thảo đã cùng ngồi với tôi những ngày đẹp đẽ. Tôi chợt nhận ra mình cũng đã quá hạnh phúc, quá may mắn. Tuổi già tôi được san sẻ bởi thanh xuân nồng nàn của nàng. Hiu quạnh tôi được phủ đầy bằng đắm đuối tươi trẻ của nàng. Vượt qua đúng sai. Vượt qua thị phi. Tôi bềnh bồng như sông nước trôi đi.

Quay về nhà để ăn cơm với hai bé, tôi đang đối diện một thực tế khác, một nỗi đau khác, một bất hạnh khác. Tôi cũng chưa biết sẽ phải làm gì với một bi kịch tôi chưa biết tên. Điều ấy khiến tôi bứt rứt.

Ni và Na vẫn hồn nhiên. Chúng được ăn ngon và được thương yêu.

“Ăn xong hai đứa ngủ một chút nhe.”

Chúng nhìn tôi không nói, nhưng tôi biết chúng sẽ vâng lời.

Tôi không muốn suy đoán. Rồi buổi chiều cũng tới. Cô Hoa Sứ đi làm về, mặt vẫn còn vẻ tức giận. Tôi bảo ba mẹ con đi tắm rửa rồi ăn cơm. Họ lặng lẽ làm theo.

“Nếu cần, ba mẹ con cô có thể ngủ lại.”

"Dạ, ông cho tụi ở tạm mấy ngày. Con cám ơn ông."

Cuối cùng Cô Hoa Sứ cũng kể.

Cô có một người chồng dưới quê, nát rượu. Không đến nỗi ưa đánh đập, nhưng thích chửi bới vợ. Không chỉ chửi vợ mà chửi cả đến cha mẹ và tông ti nhà vợ. Cô đã ly dị và bỏ quê ra đi chỉ để thoát khỏi cái nhày nhụa dai dẳng của anh chồng. Không biết bằng cách nào, hắn đã tìm ra cô và hung hãn đòi bắt hai đứa con về. Ban đầu, cô cũng không hiểu thực sự hắn muốn gì phía sau chuyện đòi con. Hắn đâu có yêu con đến thế. Nhưng rồi, hắn cũng thú thật, hắn muốn cô về lại với hắn. Hắn nói, hắn cần cô. Cô không về hắn sẽ tự sát.

Không đến nỗi nguy hiểm, nhưng phức tạp. Tôi đánh giá.

"Nó không yêu con. Không cần con, nó chỉ muốn hiếp con."

Cô Hoa Sứ bất ngờ kết thúc câu chuyện.

Tôi hiểu mẫu đàn ông ấy, buồn cười nhưng tôi ân cần như cách an ủi cô, "Ngoài chuyện ở tạm. Cô còn muốn tôi giúp gì không?"

"Dạ, không. Như vầy đã phiền ông quá rồi."

Tôi không tin hắn sẽ thôi không quấy nhiễu cô thêm nữa. Tôi cũng không muốn phải nhúng tay vào những chuyện không đâu.

Mấy ngày sau, Cô Hoa Sứ bảo, "Con nghe hàng xóm nói nó vẫn quanh quẩn khu nhà con. Giờ không biết phải làm sao."

Chẳng đặng đừng, tôi lấy xe chạy đến khu nhà trọ của

Cô Hoa Sứ tìm tên vô lại.

"Cậu lên xe đi với tôi."

"Ông là ai?"

"Cậu có muốn gặp con cậu không?"

Tôi chở hắn vô quán, kêu hai chai bia.

"Giới thiệu với cậu, tôi là người đỡ đầu cho hai cháu Ni, Na và má nó. Cũng nói rõ cho cậu biết luôn, họ đang ở nhà tôi. Và tôi bảo đảm an toàn cho họ. Tôi biết cậu là cha hai đứa bé, nhưng cậu đã mất quyền chăm sóc con. Nói thế để cậu biết tôi hiểu pháp luật và tôn trọng pháp luật. Còn cậu, nếu cậu không tôn trọng pháp luật, tôi cũng sẽ xử cậu không cần luật pháp. Cậu hiểu tôi nói không?"

Tôi rút con dao găm trong túi ra, nhìn thẳng vào mắt hắn và chậm rãi bổ đôi trái vú sữa.

Đưa cho hắn nửa trái, "Vú sữa tôi trồng đó, Ni và Na rất thích. Cậu ăn miếng đi rồi về."

Không cho hắn cơ hội càm ràm.

"Tôi không muốn nhìn thấy mặt cậu ở Rume nữa. Nhưng có thể một lúc nào đó tôi sẽ đưa các cháu về quê thăm cậu. Nhớ đó."

Hắn đứng dậy, ra khỏi quán.

Bất giác tôi nhớ đến ông bạn mới quen Người Họ Giàng, một đứa con không được thừa nhận. Hẳn là ông ta đã rất đau khổ. Nhưng nếu là tôi, tôi sẽ kiêu hãnh về tự do tuyệt đối của một kẻ không nguồn cội.

6. MÙI CỦA CÁI CHẾT

Khi người ta cực kỳ muốn sống là lúc người ta đang chết.

Tôi được tin Lữ Thảo đã tìm được việc trong một tổ chức phi chính phủ của Mỹ ngay sau khi cô hoàn thành khoá tu nghiệp với một công trình nghiên cứu về "Người nghèo ở Việt Nam và cơ hội của người giàu". Một nghịch lý xã hội hình thành trong quá trình phát triển quốc gia. Lữ Thảo có lý do để được ở lại Mỹ. Điều đó cũng có nghĩa là chúng tôi xa nhau, mối quan hệ thân thuộc giữa Thảo và tôi sẽ dần mất đi.

Nhưng một cách nào đó, chúng tôi vẫn nhìn thấy nhau.

Không còn Thảo, tôi mất đi một nửa phần bóng tối của đời mình. Phần sáng còn lại của con người tôi trở nên trần trụi. Thô thiển. Một hiện hữu tẻ nhạt, mất bản sắc. Một kẻ về vườn. Một cụ ông nhạt nhoà như mọi cụ ông khác bị hoà trộn trong đám đông, vừa rộng lớn của loài người, vừa nhỏ hẹp nơi một thôn xóm. Một ông Hai, ông Ba, ông Tư… nào đó. Một gã giang hồ gác kiếm. Một ông chủ vườn. Một kẻ chăn bò. Tồn tại như những kẻ sa cơ, tôi tự xoá nhoà và bị xoá nhoà.

Không ẩn dụ.

Chưa bao giờ tôi cảm thấy cái tính vô danh của mình lại thảm hại đến thế. Không phải vô ngã. Không phải tầm thường hay bình thường. Bất trắc và hư vô. Nó là con sâu cái kiến.

Không diễn ngôn.

Bởi tôi phi lý và vô nghĩa. Rume càng ngày càng trở

nên hỗn tạp. Không già làng. Không biểu tượng. Chẳng có một mẫu mực nào. Rume đã mất linh hồn.

Một ngày kia, tôi được tin Lữ Thảo về nước để xin gia hạn hộ chiếu. Cô bị an ninh bắt giữ ngay tại sân bay khi làm thủ tục nhập cảnh. Bị tịch thu hết mọi giấy tờ cá nhân. Bị thẩm vấn liên tục mười hai tiếng. Sau đó cô được cho về nhà và mỗi ngày phải trình diện cơ quan an ninh. Ngày nào cũng bị làm việc đến tối khuya.

Lữ Thảo choáng váng đến khủng hoảng không phải chỉ vì bị làm việc lên tục mà là cách họ tra xét cô cũng như mục đích mà họ muốn nhắm đến.

Cô bị tổn thương nặng nề. Nhân cách và phẩm giá cô bị thử thách. Danh dự cô bị xé toạc. Họ muốn biến cô thành một đối tượng để khai thác và sử dụng. Cô không còn là người với những lý tưởng mà cô theo đuổi.

Từ răn đe đến đề nghị hợp tác, chẳng khác gì họ đã sỉ nhục cô.

"Dù thế nào tôi vẫn yêu tổ quốc, nhưng tôi cũng không thể phản bội những người đã cưu mang tôi." Lữ Thảo đã nói thế.

Và Lữ Thảo ngã gục. Tôi đến thăm Lữ Thảo trong bệnh viện.

"Hơn cả ác mộng. Cho dù em biết trước sẽ phải gặp khó khăn với an ninh khi làm việc cho các cơ quan nước ngoài, nhưng em không ngờ nó kinh khủng đến dường ấy. Nó làm em sang chấn."

Tôi nắm tay Lữ Thảo.

"Tổ quốc đáng sợ quá."

Tôi biết Thảo không lầm lẫn tổ quốc với thể chế, nhưng

cô không tránh khỏi cay đắng khi cố tình dùng chính sự đánh tráo khái niệm tổ quốc với chính quyền của những người bảo vệ chế độ vẫn lập luận để bày tỏ sự thất vọng của mình.

"Tổ quốc dễ thương mà." Tôi cười. "Sẽ ổn thôi."

"Chắc không? Họ đã bắt em phải ký nhận những gì em đã công bố."

"Bình thường. Ai bị an ninh làm việc mà không phải ký nhận những gì mình đã viết, đã làm. Vì mọi thứ đã diễn ra công khai. Đó chỉ là vấn đề thủ tục. Không có gì nghiêm trọng."

Ngồi với Thảo khá lâu, nhưng tôi không tò mò hỏi chuyện riêng tư của Thảo.

"Em tái độc thân rồi." Thảo bỗng dưng nói. "Nhưng em không trở lại với anh đâu."

Tôi cũng chẳng kỳ vọng gì. Tôi đang chết. Nhưng làm sao tôi không buồn bã.

Ngày Lữ Thảo xuất viện cũng là ngày cô tiếp tục nhận được giấy mời làm việc của công an.

"Em phải ký cam kết với công an." Lữ Thảo uất ức kể.

Không tiện hỏi Thảo cam kết cái gì, nhưng tôi tin Lữ Thảo đủ khôn ngoan để không phải hối tiếc hay tạo ra hệ luỵ cho mình sau này.

"Những cam kết trong tình trạng mất tự do chẳng có giá trị gì." Tôi an ủi Thảo.

Những nỗ lực ngoại giao của cơ quan Lữ Thảo làm việc nhằm giải cứu cô không hiệu quả. Cô hoàn toàn tuyệt vọng.

"Em có thể bị bắt không?"

"Không. Nếu muốn bắt thì họ đã bắt rồi."

Không chỉ để trấn an Lữ Thảo, mà tôi tin cô sẽ an toàn, mặc dù có thể cô sẽ bị cấm xuất cảnh dài hạn.

"Em đã nghĩ đến lúc phải thu xếp lại cuộc sống chưa?" Tôi hỏi.

"Em chưa đủ bình tâm để nghĩ đến bất cứ điều gì."

"Nhưng anh nghĩ điều quan trọng nhất bây giờ là em cần bình thường hoá cuộc sống. Một sự cố không đáng có đã xong. Chấp nhận thực tế để sống tiếp."

"Có thật sự xong không?" Lữ Thảo hỏi.

"Phải xong thôi. Nếu em chấp nhận mất một công việc yêu thích thì ngay lập tức vấn đề sẽ được hoá giải. Em vẫn giữ được sự kiêu hãnh."

Lữ Thảo vẫn luôn thông minh, "Em hiểu rồi."

"Hiểu rồi thì đi kiếm cái gì ăn."

"Ăn ngon nhé."

"OK."

Ở một góc ngã tư yên tĩnh, nhà hàng kiểu cổ, Lữ Thảo bảo "Em muốn về Rume chăn bò."

Tôi cười, "Biết thảo mai nhỉ."

"Vui mà."

"Ừ, vui."

Đấy là cách chúng ta khuất phục cuộc sống.

7. NGƯỜI Ở CHÂN TRỜI

Đàn bò của tôi đã tăng lên gấp đôi. Số lượng gà đi bộ trong vườn cũng gia tăng đáng kể. Ngoài ra, tôi cũng đang lên kế hoạch biến giống heo rừng thành heo nhà. Một vườn rau xanh đủ loại. Tôi gọi đây là dự án chống nhiễm độc thực phẩm.

Tôi hỏi Lữ Thảo, "Em có muốn làm tổng giám đốc dự án này không?"

"Nếu anh chấp nhận làm trợ lý thì em sẵn sàng."

"Sợ gì."

"Thế thì, ngay bây giờ anh đi vắt cho em một bình sữa tươi."

"Có ngay, thưa tổng giám đốc."

Chúng tôi ra chuồng bò và không quên mang theo toàn bộ vật dụng cần thiết. Để tránh mùi phân bò, tôi dắt bò đến một gốc cây điều to và cột chắc. Cho bò ăn, làm vệ sinh kỹ lưỡng bầu vú. Tôi bảo Lữ Thảo hãy xoa bóp theo cách mà cô nghĩ nó sẽ bị kích thích nhất. Tôi giữ sô, Thảo vừa day vừa bóp vú nó thật mạnh. Sữa bắn ra thành dòng.

"Nếu anh bóp vú em bây giờ, chắc cũng sẽ có sữa."

Tôi không biết Thảo hay tôi đã nói như thế. Khuôn mặt Thảo hồng hào như mặt trời.

> *"Là những kẻ chăn bò*
>
> *trên đồng cỏ*

chúng ta vắt sữa bò

thật thơm tho

chúng ta uống sữa bò

cho thật no

chúng ta hát thật to

bò ơi bò... bò ơi bò...

không âu lo

cho đến khi tàn tro

bên giàn nho

một con bê nhỏ

mở mắt to

bò ơi bò... bò ơi bò..."

Tôi bịa lời hát, Thảo lăn ra cười.

"Đây là chỗ cha anh đã nằm xuống. Có thể ông ấy đã nghe anh hát và đang cười như em."

"Ông ấy có nhìn thấy chúng ta không?"

"Chắc thấy."

"Thì sao nhỉ?"

"Chắc ông ấy vui lắm."

"Ông ấy đã chết như thế nào?"

"Bằng một con mã tấu chém ngang cổ."

Thảo nhìn tôi sững sờ. Cô ấy không mường tượng

được. Đó là một thứ pháp trường của bóng đêm.

“Anh đã nhìn thấy người ta vùi xác ông ấy xuống đất.”

“Anh sợ không?”

“Qua cái chết này anh mới biết ông ấy là cha mình. Và rồi anh đã bỏ Rume đi từ đó.”

“Tại sao anh quay về?”

“Anh cũng không biết.”

“Anh đã tha thứ?”

“Không. Anh không biết. Nhưng có lẽ anh đã quên.”

“Có phải vì tính vô nghĩa của nó?”

“Cũng có thể. Anh không biết chắc điều gì.”

Bất chợt Thảo thay đổi “Em thì sao?”

“Mãi mãi là một bí ẩn.”

”Cứ thế đi.”

Không có cái gọi là đường hay đạo. Chúng ta chỉ nguỵ tín. Trên bãi cỏ này, tôi nằm sấp thở cùng mặt đất. Thảo nằm ngửa nhìn trời. Không biết từ bao giờ giữa chúng tôi, khoảng cách càng ngày càng lớn.

“Anh có thấy mình giống cha không?”

“Mặc dù anh đã từng được sống cùng ông ấy, nhưng anh chỉ biết ông ấy là cha khi ông ấy đã chết. Vì thế, anh chưa bao giờ được gọi ông ấy là cha, chưa bao giờ thấy ông ấy là cha mình một cách thực tế. Cho nên anh không biết thế nào là giống hay không giống.”

Tôi lại nhớ đến Người Họ Giàng. Ông ta có nghĩ giống

tôi không? Chưa bao giờ chúng tôi được thừa nhận. Tôi từ dưới đất chui lên hay từ cái lô cốt bỏ hoang bước ra mới là một xuất xứ đích thật. Giữa đời này, tôi chỉ là một cơn mơ.

Từ dưới đất nhìn lên, tôi thấy Thảo bước đi. Dáng chênh vênh đường chân trời. Tôi cũng không biết cho đến khi nào mới gặp lại được Thảo.

Đôi khi phải tăng ca, Cô Hoa Sứ nhờ tôi đến trường đón hai bé Ni – Na. Chẳng những tôi không cảm thấy phiền, mà điều ấy còn giúp tôi vui. Mỗi lần thấy tôi đến, chúng đều xà vào vòng tay ôm của tôi. Và chúng líu lo kể cho tôi nghe chuyện học hành vui chơi của chúng. Tôi nhờ vợ Phúc Bò tắm rửa và cho hai bé ăn tối. Cuộc sống tôi bớt tẻ nhạt.

Đôi khi, tôi như đã quên mọi thứ triền phược của cuộc đời và tôi an vui trong tiếng cười hồn nhiên của hai bạn nhỏ. Cô Hoa Sứ cũng tỏ ra chăm sóc tôi hơn. Cô quan tâm đến việc tôi ăn uống, ngủ nghỉ và không cho tôi làm việc nặng. Khác với Mi, không giống Lữ Thảo, Cô Hoa Sứ nhu mì hiền hậu và chịu khó. Cô cũng thân mật gần gũi với vợ Phúc Bò hơn. Nhìn họ, tôi cảm nhận được sự ấm áp của một gia đình.

Ông Giải Phóng bảo, “Tôi nể ông quá.”

“Có gì đâu.”

Tôi thấy mình may mắn. Một cuộc sống bình dị là một cuộc đời được chúc phúc. Tất cả những gì tôi đã nếm trải đến lúc này, như một mặt phẳng, trơn tuột dường như không dấu vết. Lòng tôi thanh thản.

Cuộc sống tự mất đi hay bị đánh cướp, về bản chất là như nhau, tôi không oán hận. Tôi cũng không có gì để tự hào, bởi tự hào là vô nghĩa.

Người Họ Giàng hỏi, "Ông nghĩ tôi có nên vào Nam sống không?"

Tôi không biết thế nào là nên hay không nên.

Tuy nhiên, tôi vẫn đáp "Nếu ông không muốn bị áp lực bởi cái lý lịch bất minh của mình thì nên vào."

Tôi nhìn thấy nỗi chua xót của Người Họ Giàng.

Ông Giải Phóng bông lơn, "Nhậu thì nên có ít nhất ba người mới vui. Ông vào đi. Tôi tìm đất cho ông."

Thế là tôi có thêm một bạn nhậu. Người Họ Giàng hồ hởi nam tiến. Rume bị pha trộn đến đáng ghét. Rume không còn là Rume của tôi mỗi khi tôi nhắc đến nó. Ký ức tôi phai nhạt.

8. LẠC LỐI THIÊN ĐƯỜNG

Tôi như kẻ bị thất lạc giữa quê mình.

Rume mỗi ngày mỗi khác bởi một tốc độ đô thị hoá đến kinh ngạc. Người ta bảo nghề hót nhất ở Rume không phải là công nhân xí nghiệp, nhà máy công ty nước ngoài hay trồng sầu riêng, mà là làm thợ hồ, tức đi xây nhà, bởi vì nhà nào cũng lên đời xây mới. Đó là sự phồn vinh thật sự. Tuy nhiên, tôi lại cảm thấy có gì bất an như một linh tính. Tôi sợ những bể dâu của thời thế, bởi thời thế không phải là cái có thể chọn lựa.

Tôi phóng tầm mắt nhìn ra xung quanh. Rume đẹp với một địa hình đầy chất thơ. Có con suối ở gần, có ngọn núi xa xa… những vườn cây xanh um. Tôi thấy thì bọn tư bản mới bất nhân còn thấy rõ hơn. Chúng nhìn thấy Rume là một tiềm năng. Và Rume bị đánh úp.

Chúng đến từ một thế giới khác, không phải ác mộng, mà từ địa ngục. Người ta gọi chúng là liên minh ma quỉ. Chúng mang vẻ rực rỡ của bình minh, mặt trời, mặt trăng và các vì tinh tú. Chúng là biểu tượng của chiến thắng và vinh quang.

Một ngày của nghiệp chướng, tất cả các chủ nhà đều nhận được thông báo đền bù giải toả theo giá đất nông nghiệp. Cái giá thấp nhất trong mức thang giá do nhà nước qui định. Một mét vuông đất tương đương với một tô phở hay mấy ly nước mía. Họ không ăn cướp của bạn. Họ có chính nghĩa và luật pháp bảo vệ. Cho dù đất của bạn do ông bà tổ tiên để lại từ thời Chúa Nguyễn đi mở cõi ở phương Nam, hay đất của bạn có từ thời Vua Hùng dựng nước, thì cũng không phải đất là của bạn, bởi vì luật pháp nói thế, nên bạn không có quyền thương lượng. Quyền duy nhất của bạn là chấp nhận sự định đoạt của người khác. Nếu bạn không chấp nhận có nghĩa là bạn chống luật pháp, chống chính quyền. Và bạn có thể đi tù.

Đấy là dự án biến Rume thành một khu đô thị sinh thái. Một khu nghỉ dưỡng cao cấp mang tầm vóc quốc tế. Giá đất ở đẳng cấp châu Âu ấy sẽ cao hơn giá đền bù cho người dân gấp hàng trăm, hàng ngàn lần.

Bạn có xót không? Tôi cũng như những người dân ở đây tất nhiên ai cũng xót. Nhưng dù có lăn ra phản đối hay biểu tình kêu oan thì cũng không có gì thay đổi. Công an sẽ hỗ trợ nhà đầu tư giải toả giải phóng mặt bằng của bạn bất chấp bạn quì lạy khóc lóc hay chửi bới, bất chấp cuộc đời sau này của bạn ra sao.

Tôi phải kể như thế nào để diễn tả hết nỗi chua xót không chỉ vì mất hết tài sản mà còn là mất tất cả mọi lưu dấu yêu thương và những nắm xương mục dưới đất của ông bà, cha mẹ mình?

Nếu tôi không biết oán hờn thì tôi có phải là con người không?

Tôi phải làm sao với gia đình Phúc Bò, với mẹ con Cô Hoa Sứ khi họ trở thành vô gia cư?

Tôi nhìn thấy xe ủi, xe xúc tiến vào Rume phá huỷ mọi thứ đang tồn tại như xe tăng tiến chiếm một mục tiêu quân sự, như một cuộc xâm lăng. Nhưng tôi bất lực.

Tôi cũng nhìn thấy những ngôi biệt thự mọc lên nguy nga tráng lệ, sau đó. Nhưng nó không phải của tôi hay bất cứ một người nào ở Rume. Chúng tôi thuộc về một giai cấp khác. Giai cấp tiên phong của chủ nghĩa xã hội. Và vì thế, sự vô sản của chúng tôi cần phải là kiêu hùng.

Tiền đền bù đủ để tôi mua một mảnh đất mới nhỏ hơn miếng đất cũ ba mươi lần bằng giá thị trường. Và phải vào sâu hơn chục cây số phía đầu nguồn con suối. Dẫu sao, tôi vẫn yêu con suối này.

Tôi hỏi vợ chồng Phúc Bò, "Có muốn đi theo tôi không?"

Vợ chồng cậu ấy vui mừng chảy nước mắt gập người xuống tạ ơn tôi.

"Không cần phải cám ơn tôi, vì tôi cũng cần vợ chồng cậu giúp."

Tôi hỏi Cô Hoa Sứ, "Cô tính sao?"

"Dạ, con cám ơn ông. Con sẽ tìm một nhà trọ khác vì con còn công việc, các cháu còn phải đi học."

Lần đầu tiên tôi ôm Cô Hoa Sứ, "Vững vàng nhé."

Cô ấy khóc.

Kiêu hùng mà uất nghẹn, tôi từ bỏ Rume ra đi. Huyền thoại về Rume bị tẩy trắng.

Con tôi bảo, "Ba về thành phố với con."

Tôi nói với con, "Ba không sống ở thành phố được. Cứ để ba tự do với cây cỏ sông suối."

Nhưng thật ra, nói đúng hơn, tôi không thể sống được với cuộc thế hỗn mang này. Tôi vẫn luôn là kẻ trốn chạy.

9. AM TRE BÊN BỜ SUỐI

Thời chiến tranh, cuộc trốn chạy ngoạn mục nhất của tôi có lẽ vẫn là những ngày an trú ở Thiền am Như Tuyền giữa những xung đột quyền lực. Vừa thực vừa ảo. Tôi đã sống những ngày sắc và không lấp lửng. Và dường như viên mãn. Không phải đạo hạnh hay danh vọng thế tục. Cũng không phải là tính phiêu bồng thoát hiểm hi hữu giữa nghìn trùng bất trắc. Mà đấy là tự do. Dù khoác áo tu hành, nhưng tôi đã có một cuộc sống tự do đích thực.

Giờ đây, tôi cũng muốn vượt thoát khỏi mọi nghi thức và luật lệ.

Tôi cho mang theo toàn bộ gia súc và các vật dụng cần thiết. Bên bờ suối, tôi xây một khu nhà ở cho tôi và gia đình Phúc Bò vẫn theo kiểu ba gian hai chái. Chọn điểm giữa của mảnh đất, tôi dựng một thiền am để hạ hoả bằng tre, mái hơi nghiêng, cao vút mô phỏng mô típ Khmer. Khi làm kiểu mái này, tôi có chút nhớ Cô Hoa Sứ, người thiếu phụ gốc Miên, vì thế tôi cũng trồng lại mấy cây sứ cùi và ngọc lan. Để tránh rắc rối với chính quyền, tôi không đặt tên cho thiền am. Tôi không gọi là gì cả vì nó thật sự không là gì, cho dù đấy là một nơi để thờ Phật. Tượng Phật cũng tự tay tôi đục đẽo bằng một khúc cây theo phong cách nhà mồ Tây Nguyên. Tượng tuy không đẹp, nhưng đủ chất chứa những gì tôi suy tưởng về tánh không trong tư tưởng nhà Phật.

Tôi không mưu cầu sự trường cửu của công trình vốn rất đơn sơ này. Tôi muốn thiền am sống cùng tôi và sẽ tiêu tan cùng tôi. Không dấu vết. Tuy nhiên, sau này người ta vẫn gọi nơi đây là Am Tre Bên Bờ Suối hoặc vắn tắt là Am Tre để định vị một nơi chốn bỗng dưng có tên trong bản đồ du lịch của khách quốc tế.

Một kỷ vật bất ly thân của tôi vẫn là chiếc mõ từ thời Thiền am Như Tuyền, tôi đặt dưới chân tượng Phật, nơi tôi tụng kinh mỗi ngày. Không hoa quả, hương khói.

Bản chất tu hành của tôi không là đi tìm tự tánh hay giác ngộ, cũng không tích đức cầu phúc. Đấy chỉ là cách tôi sống. Tôi không muốn thành Phật hay bất cứ gì khác. Tôi chỉ mượn chút Phật pháp để thong dong thanh thản chờ ngày hoá thân.

Ngoài bầy gia súc, tôi cũng trồng ít rau củ và đặt lờ bắt cá dưới suối cho cuộc sống hàng ngày.

Khi vừa ổn định cuộc sống mới xong thì Thạch Xâm đến an ủi tôi.

"Anh đừng bận tâm về những mất mát cũ. Chúng ta không tránh được cơn lũ của thời thế. Còn được như vầy cũng không đến nỗi."

Tôi cố nguôi đi niềm oán hận. Thị cũng đưa chồng con về thăm tôi.

"Em nể phục anh."

James bị ấn tượng mạnh về cái am tre và tượng Phật nhà mồ của tôi cũng như cách tôi sống.

"Anh như một thiền sư Đông phương." James nói.

"Đấy là căn cốt của tao thôi. Không có gì lạ."

"Trong khi cả châu Á này bị mê hoặc bởi vẻ đẹp và văn minh Mỹ mà anh vẫn giữ được cái căn cốt ấy theo cách rất riêng. Đạm bạc và ung dung như một kẻ giác ngộ.

Đấy là một bản lãnh không dễ tìm thấy."

Tôi nheo mắt cười, "Bởi vì tao cũng là một tinh hoa."

James cười theo. Tôi rủ James và mấy đứa cháu ra suối bắt cá. Họ ngạc nhiên ồ, à... về mấy thứ phương tiện thô sơ từ thời tiền sử của nhân loại như lưới giăng, cái nơm bẫy cá và mấy cần câu tre đặt dọc theo con suối. Cũng may, hôm đó tôi bắt được gần chục con, không to nhưng cũng đủ cho một bữa cơm gia đình.

"Tôi đã quen với ẩm thực Việt Nam, nhưng bữa cơm hôm nay rất khác thường. Nó dường như ẩn chứa tất cả dưỡng chất của trời đất." James nhận xét.

"Bởi vì chú mày bị mê hoặc bởi tao, dù tao không là đầu bếp. Người phụ nữ dưới kia mới là đại biểu nhuần nhị phương Đông huyền bí." Tôi phét lác ám chỉ vợ Phúc Bò.

"Nếu có gì mày cần phải suy nghĩ thì những người phụ nữ bị miệt thị trong xó bếp như cô ấy sẽ là minh triết cho cuộc sống để mày học hỏi." Nói xong tôi cười to.

"Tao đùa đấy, James ạ."

James cũng cười.

"Nếu mày ngon, hãy ở với tao một tháng. Mày sẽ trở thành hiền giả. Cái này thì tao không đùa."

James nghiêm túc, "Tôi sẽ suy nghĩ về đề nghị này."

"Ok. Tao rất hoan nghênh."

Tôi không biết James đã trao đổi với Thị như thế nào. Họ ở với tôi một ngày rồi tiếp tục kế hoạch du lịch của họ. Một tuần sau, James trở lại một mình.

"Thị và các con tôi đã về Mỹ. Tôi ở lại với anh."

Thu dọn cho James một phòng riêng, tôi bảo "Mày hoàn toàn tự do."

Tôi không có ý định dạy dỗ gì James, bởi vì tôi không phải là một bậc thày. Nhưng tôi tin, sống với tôi, James sẽ nhận được những gì James muốn.

Việc cấp bách tôi cần phải làm là gặp Ông Giải Phóng để nhờ ông giúp trình báo công an cho James tạm trú với tư cách người trong gia đình. Yếu tố "nước ngoài" thuộc diện "nhạy cảm" đôi khi bi hài và không thể lường hết hậu quả. Tính hiện thực của cuộc sống trong xã hội này trần trụi và phiền phức, nó có thể phá vỡ mọi thứ, kể cả một cơn mơ.

Nhưng Ông Giải Phóng bảo "Tôi không thể làm thay ông được. Ông phải trực tiếp lên công an xã khai báo. Nhớ cầm theo bản sao giấy tờ của James."

Không cho James biết việc này vì sợ hắn lo lắng, tôi chỉ dặn không được ra khỏi khu đất của tôi mà không có tôi hay Phúc Bò đi theo. Việt Nam không phải nước Mỹ.

Giới thiệu James với hai ông bạn già Người Họ Giàng và Ông Giải Phóng, tôi nói "James là một cựu binh trong chiến tranh Việt Nam."

Tôi cũng nói với James, "Họ ở phía bên kia chiến tuyến của mày."

James ồ lên bất ngờ nhưng không ngạc nhiên, họ bắt tay nhau nồng nhiệt. Không cần có thế giới đại đồng, chúng ta vẫn vui.

Tôi nói, "Buông súng, chúng ta là con người."

James nhìn tôi gật gù. Tôi biết hắn đang chiêm ngắm và khám phá tôi như một hành giả ẩn mật.

"Chiến thắng không đồng nghĩa với chân lý, nhưng chiến thắng giúp chúng tôi tồn tại như một dân tộc tự trọng." Ông Giải Phóng bày tỏ quan điểm.

"Yes, đúng vậy."

"Chiến tranh không phải chuyện đúng sai. Nó là sự điên rồ của con người." Người Họ Giàng tiếp lời.

James tỏ ra dí dỏm, "Nó làm chấn thương cả hai phía, tôi biết điều ấy. Lẽ ra nó không nên xảy ra, nhưng nó đã xảy ra. Chiến tranh tạo ra hoà bình theo cách khó chịu nhất. Dẫu sao, nhờ thế chúng ta lại có cơ hội ngồi với nhau. Con người hiểu biết về mình cũng như hiểu nhau hơn."

Mọi người cười xoà. Chúng tôi uống nước vối.

"Đây là một loại lá uống như trà xanh nguyên chất, không pha chế cầu kỳ và phổ biến ở những vùng nông thôn Bắc bộ, rất tốt cho tiêu hoá." Tôi nói với James. "Con người đã đi quá xa khỏi nguồn cội của mình."

"Con người đang lạc lối?" James đặt câu hỏi.

"Có lẽ mày biết điều ấy hơn ai hết." Tôi nói.

Không phải tấn công James, tôi đang đặt hắn vào lộ trình của tự giác.

Mọi người hỏi thăm nhau về cuộc sống. Ôm vai Người Họ Giàng, tôi nói cho James nghe, "Con người này là một huyền thoại về sự tồn tại. Tất nhiên ông ấy vẫn có cha mẹ theo hộ tịch, nhưng ông ấy thật sự không được sinh ra bởi bất cứ ai."

James ngơ ngác, "Tôi không hiểu. Chẳng lẽ ông cũng được sinh ra bởi phép Chúa Thánh Thần?"

"Nếu mày hiểu được thì đâu phải huyền thoại." Tôi nói thêm, "Lịch sử của bọn tao, có những kẻ được sinh ra trong cuộc đời này nhưng không có thật. Vì thế, cũng sẽ có những người có thật mà không được sinh ra. Cũng logic phải không?"

Có thể James nghĩ chúng tôi đang đùa.

"Tôi không có ý định cứu thế." Người Họ Giàng nói. "Đừng bận tâm về tôi."

Một lần nữa, tôi lại trao cho James thêm một cộng án mới.

Mỗi tối trước giờ ngủ, tôi bảo James vào am nghe tôi tụng Kinh Kim cang. Thật ra, tôi không tụng, niệm bằng tiếng Phạn hay tiếng Hán, mà tôi đọc bản tiếng Việt. Tôi cũng gõ mõ và ê a… chầm chậm để cho từng chữ, từng câu thấm vào thân tâm. Tất nhiên, James không hiểu gì. Nhưng James vẫn ngồi im quan sát. Tiếng kinh hoà vào tiếng đêm lau lách. Tôi bảo James nếu buồn ngủ thì cứ nằm xuống. "Cả khi mày nhắm mắt, lời kinh sẽ đi theo dòng máu chạy khắp châu thân và lắng xuống trong linh hồn mày những hạt kim cương của sự thiện lành, lóng lánh."

Ban ngày, James theo tôi hoặc Phúc Bò làm tất cả mọi thứ việc vặt. Một cuộc sống thiếu tất cả mọi tiện nghi, nhưng với James đó là một cuộc phiêu lưu ngược dòng thời gian. Từ cái bếp lò đun bằng củi đến cái ấm đất chuyên để kho thịt, cá… James không chứng kiến một đời sống lạc hậu thiếu văn minh, mà James đang tiếp cận với hơi thở nguyên sinh, cái thuần khiết của sự sống.

Tôi không cực đoan, nhưng tôi vẫn khuyến khích James tắm suối và đi chân đất những lúc có thể.

"Đừng xa rời mặt đất và hãy chìm đắm vào nó. Như thú hoang trong rừng. Như cá dưới sông. Mày sẽ được phục sinh trong ánh sáng của Thánh Thần."

Tuy nhiên, tôi không tranh luận với James về bất cứ vấn đề gì. Những khúc mắc tôi để James tự giải quyết.

Vì chỗ tôi không đủ cỏ cho bò ăn, chúng tôi phải đi ngược dòng suối đến những chỗ hoang vắng, nhờ thế chúng tôi cũng kiếm được nhiều củi hơn. Tuy vất vả hơn chút, nhưng tôi luôn có cảm giác mình đi đến gần hơn với vườn địa đàng của tổ tông loài người.

Tôi nói, "Tụi tao chăn bò chỉ với mỗi một cái roi tre, không cần biết quăng dây, không cần biết cỡi ngựa bởi thế tụi tao không giàu được như người Mỹ. Nhưng tụi tao không phải mang súng."

"Yes, các anh chăn bò và các anh làm thơ." James giễu tôi.

Tôi cười to, "Mày ngộ rồi."

Ngày từ biệt, James cúi lạy tôi như một đệ tử với sư phụ. Tôi cảm động đỡ lấy James, "Mày đừng làm tao khóc. Tao muốn Thị, em gái tao được hạnh phúc với một con người đích thực."

"Tôi yêu Thị, cũng như yêu anh."

Bài báo của James trên một tạp chí du lịch viết về am tre và cuộc sống của tôi kèm theo địa chỉ định vị vệ tinh, ngay lập tức, am tre bên bờ suối và tôi trở thành một huyền thoại thoát tục. Khách du lịch khắp nơi đổ về.

Một lần nữa, tôi lại phải nhờ đến Cô Hoa Sứ và Người Họ Giàng giúp giống như xưa kia tôi đã nhờ Mi và Hà Việt.

Tôi dành một khu riêng để khách cắm trại. Chúng tôi phục vụ ngày ba bữa cơm quê đạm bạc mẹ nấu, tất cả miễn phí. Bù lại, họ tự nguyện đóng góp gấp nhiều lần số chi phí chúng tôi phải bỏ ra. Những khách ở lại ban đêm, tôi kêu gọi họ đến nghe tôi tụng kinh. Tôi tuyệt đối không giảng thuyết, nhưng tôi tin lời kinh tôi tụng sẽ để lại những dư âm của hạt giống thiện lành và lân ái trong lòng họ.

Cô Hoa Sứ không tham vọng, Người Họ Giàng không buôn vua, vợ chồng Phúc Bò chân chất và trung thành, chúng tôi những tưởng được yên ổn sống qua ngày.

10. MÁU HOÀNG HÔN

Người Họ Giàng bàn chúng tôi nên mua thêm đất về phía bên kia con suối để tạo ra một cảnh quan trọn vẹn. Con suối sẽ trở thành điểm nhấn địa hình kiến trúc.

Riêng tôi, tôi thấy mình đã đủ, không muốn phát triển thêm làm gì. Hơn nữa, làm giàu không phải là phương cách an toàn trong một xã hội thiếu sự tin cậy. Nhưng nghĩ đến Cô Hoa Sứ, vợ chồng Phúc Bò và con cái họ, tôi đồng ý mua thêm đất. Tôi không xây dựng gì thêm, chỉ trồng lại cây cối theo nhu cầu ẩm thực. Một vườn rau sạch. Cây chanh cho món gà luộc. Cây sung cho món nem theo kiểu Bắc. Bụi lá lốt cho món bò cuốn lá lốt. Cây vả cho món thịt luộc kiểu Huế. Các loại rau thơm cho món bánh xèo Nam bộ… Miếng đất mới tôi cho trồng lim để tạo bề thế và sự bí ẩn cho tầm nhìn từ bên này con suối.

Vì không muốn có xung đột hay bất ổn, buồn bã nào có thể xảy ra sau khi tôi chết, tôi đã soạn sẵn một di chúc trao tặng cho những người đã cùng tôi buồn vui những ngày cuối cùng của cuộc đời, mỗi người một phần đất như phần họ đã đóng góp, từ vợ chồng Phúc Bò, Cô Hoa Sứ đến Người Họ Giàng. Đấy là trách nhiệm của tôi. Hơn nữa, tôi cũng muốn sự ra đi của tôi hoàn toàn thanh thoát. Không vướng bận.

Tôi có thể nghỉ ngơi được chưa?

Nhìn thấy sự vui sướng, háo hức của những con người đã mò mẫm đến hang hốc hẻo lánh này, tôi thấy mình cần phải chu đáo hơn. Tôi giao hẳn việc chăn bò và kiếm củi cho Phúc Bò. Người Họ Giàng chăm lo vườn tược. Cô Hoa Sứ và vợ Phúc Bò lo cơm nước.

Am tre bên bờ suối nổi tiếng không chỉ là khu du lịch dã ngoại độc đáo, với người nước ngoài điều này không có giá trị gì lắm, mà là một nơi để dừng chân cho sự tĩnh lặng và khai phóng của bản thân, một cách chiêm ngắm khác về một cuộc sống bên ngoài cuộc đời. Một thiền hành sống động. Đó là gợi ý từ James. Hắn đã là một kẻ thấu hiểu.

Không nói ra, nhưng tôi đã đòi hỏi những người sống cùng tôi một kiểu mẫu của sự chân thật.

Am Tre Bên Bờ Suối trở thành một tên riêng cho một địa danh. Một địa chỉ được du khách trong ngoài nước quan tâm. Cuộc sống của chúng tôi ổn định, vững vàng. Chúng tôi vun đắp Am Tre Bên Bờ Suối bằng tất cả tình yêu và niềm hy vọng. Và tôi đã có thể chia sẻ lợi nhuận với mọi người theo cách công bằng nhất.

Nhưng định mệnh chó đẻ không để chúng tôi yên.

Một buổi trưa im lắng, đang nằm nghỉ ngơi trên võng, tôi nghe tiếng la thất thanh từ phía bên kia suối. Vội chạy qua, tôi nhìn thấy Người Họ Giàng nằm bất động dưới đất, mặt đầy máu. Gần đó, vợ Phúc Bò ngồi dựa gốc cây đôi mắt thất thần. Tôi cúi xuống xem Người Họ Giàng còn sống không. Vẫn còn hơi thở, ông ta chỉ bị ngất.

“Về nhà đi.” Tôi nói với vợ Phúc Bò trước khi bế Người Họ Giàng đưa đi bệnh viện cấp cứu.

Ông ta bị chém vỡ xương trán và mất rất nhiều máu. Trong thâm tâm tôi muốn ông ta chết đi. Nhưng tôi vẫn tận tình chăm sóc ông. Tôi chỉ không muốn phiền phức cho vợ Phúc Bò, cho tôi.

Cũng mất hơn cả tháng, sức khoẻ của Người Họ Giàng mới tạm ổn. Ngày ông ta xuất viện, tôi mang hết quần áo, tư trang đến bệnh viện và trao cho ông ta một phong bì tiền có thể giúp ông an dưỡng một thời gian dài.

"Tôi rất tiếc. Anh cũng biết là Phúc Bò sẽ không để yên cho anh. Tốt nhất là anh nên đi. Hy vọng anh có thể quên tất cả như chưa từng có điều gì xảy ra."

"Tôi xin lỗi anh. Và xin mọi người tha thứ. Tôi không muốn phân trần nhưng tôi chỉ muốn nói với anh một điều, đó là cái mà chính tôi cũng không hiểu nổi. Tôi cám ơn anh đã cưu mang tôi suốt thời gian qua. Tôi sẽ không quên điều gì."

Người Họ Giàng cúi lạy từ biệt tôi.

Và biến mất. Ông ta vẫn là kẻ được sinh ra nhưng không có thật như chính thân phận và định mệnh của ông ta vốn thế.

Tôi không biết vợ Phúc Bò đã nói gì với chồng. Tôi cũng không bao giờ nhắc lại câu chuyện đáng tiếc ấy. Tuy nhiên, tôi chú ý đến cuộc sống của họ hơn. Cô Hoa Sứ biết có điều gì đó không bình thường nhưng cô không dám hỏi và tôi cũng không kể cho cô nghe chuyện không vui này.

"Người Họ Giàng phải về quê vì chuyện gia đình của ông ấy." Tôi giải thích sự vắng mặt của ông ta.

Vợ chồng Phúc Bò giới thiệu cho tôi một phụ nữ đến làm vườn thay cho Người Họ Giàng. Am Tre Bên Bờ Suối vẫn hoạt động bình thường, nhưng trong lòng chúng tôi đã hoen ố.

Buổi tối tôi tụng kinh lâu hơn.

Tôi trở thành ông thày cúng mỗi đêm cho mọi linh hồn lang bạt trên mảnh đất của Am Tre Bên Bờ Suối này.

Hãy phiêu diêu tịnh độ.

Bản di chúc tôi viết lúc trước phải sửa lại.

Ngồi một mình trong đêm, tôi nhớ lại những giấc mơ thời trẻ. Con đường danh vọng hão huyền và những người đàn bà quanh tôi. Tôi yêu Thị hơn tình ruột thịt. Tôi yêu Mi hơn tình vợ chồng. Tôi yêu Lữ Thảo hơn một tình nhân. Và với Cô Hoa Sứ đang gần gũi bên tôi là một thứ tình tôi không xác định được.

Có người vừa đẩy cửa bước vào phòng tôi. Không quay lại nhưng tôi cũng biết chắc đó là Cô Hoa Sứ. Cô lặng lẽ đặt ly sữa nóng trước mặt tôi. Rồi lặng lẽ định đi ra. Tôi giữ tay cô lại và đặt vào tay cô bản di chúc.

Cô quì xuống gục mặt vào đầu gối tôi, khóc.

PHẦN BA

Cô Hoa Sứ được Thạch Xung tặng cho miếng đất bên kia bờ suối, biệt lập với khu đất của gia đình Phúc Bò.

Dưới bóng những cây lim thẳng đứng, trên một tảng đá lớn nhô lên khỏi mặt đất, Cô Hoa Sứ đã phải mất rất nhiều ngày mới tự tay khắc xong một dòng chữ ngắn ngủi chỉ để tên một người, bởi đôi mắt cô lúc nào cũng nhoè nhoẹt.

THẠCH XUNG

Đó là bia mộ của chàng. Không năm tháng. Không nơi chốn. Không đến và không đi. Chàng ở đó mãi mãi với nhang khói, những bông hoa dại và một tình yêu thầm lặng của Cô Hoa Sứ.

NGUYỄN VIỆN

Saigon, 14/12/2025

TRỊNH Y THƯ

NGUYỄN VIỆN:

Có những kẻ đi mãi không về
Cuộc trốn chạy trong mê cung lịch sử

1. Trong văn học, hành vi "thoát khỏi chiến tranh" hay "thoát khỏi cuộc sống" thường được thể hiện một cách gián tiếp, thông qua các phép ẩn dụ gợi lên sự rút lui, tan biến, siêu thoát hoặc quên lãng chứ không phải là sự chạy trốn theo nghĩa đen. Tuy vậy, trong cuốn tiểu thuyết "*Có những kẻ đi mãi không về*" của nhà văn Nguyễn Viện, ta thấy đó là một cuộc chạy trốn thật sự ra khỏi những thực tại tàn bạo, khốc liệt của chiến tranh, của đời sống. Nó không phải giấc ngủ hay giấc mơ để tạm thời quên đi những nhọc nhằn, khổ ải do đời sống đem lại, như giấc ngủ của Iliad của Homer, hoặc như Shakespeare từng nói: "Giấc ngủ hàn gắn những vết thương lòng."

Con người trong thiên truyện này của nhà văn Nguyễn Viện không được quyền ngủ, hắn phải tỉnh thức, tỉnh thức để nhận lãnh tất cả mọi khổ đau, bầm dập của cái-gọi-là đời sống, và tỉnh thức để biết đường trốn chạy ra khỏi cái mê cung kinh hoàng của chiến tranh, của những thế lực phi nhân tính, phi đạo đức luôn sẵn sàng đè bẹp những tâm hồn yếu đuối chỉ có một mong ước duy nhất là được sống, được sống như con người.

Cuốn tiểu thuyết của nhà văn Nguyễn Viện chạm đến vấn đề cốt lõi của cuộc sống hiện đại: tại sao sống như một con người lại khó khăn đến thế; tại sao sống là trốn chạy, là bế tắc, một nghịch lý hết thuốc chữa khi những tiến bộ về cả mặt khoa học lẫn tư tưởng đều đạt được những thành tựu lớn lao chưa từng thấy trong lịch sử?

2. Thạch Xung, nhân vật chính diện của cuốn tiểu thuyết, người con của núi rừng, sinh ra trong một ngôi làng hẻo lánh heo hút ở vùng cao, với cái tên hoang dã, như chính nó, Rume. Mẹ gã trao thân cho một người đàn ông được mọi người trong làng gọi là "ông Thày" và sinh ra gã. Bà được gả cho một người đàn ông khác trong làng trước khi gã ra đời. Bởi thế trong suốt thời thơ ấu và niên thiếu gã mặc nhiên xem người đàn ông đó là cha mình. Cùng lúc có một người đàn bà khác cũng hiến dâng thân xác cho "ông Thày" và sinh ra một người con gái tên Thị. Ngôi làng mang một khí hậu hiện thực huyền ảo, "*... ẩn khuất giữa đám cây rừng ấy chưa bao giờ lạnh lẽo. Nó luôn được sưởi ấm bởi những hơi thở nóng của đàn bà ở Rume. Bởi không một người đàn bà nào không bị xao xuyến bởi ánh mắt dịu dàng của Thày...*" Và nặng mùi dục tính, *"Mùi ma mị của bà hoà quyện với mùi rừng man dại nhồi ông lên xuống giữa chơi vơi của đất trời. Mơ và thật. Bà Mắm rất tự hào vì được ông yêu. Như ân sủng. Như biệt đãi. Cho dẫu niềm tự hào ấy vẫn phải che giấu như bóng tối trong lô cốt, nhưng vẫn làm cho thần thái bà trở nên rạng ngời."* (Tiểu đoạn 1: Cái lô cốt ở Rume).

Tình cảm khắng khít giữa Thạch Xung và Thị theo thời gian ngày càng nảy nở, nhưng không có một tình huống "Trăm năm cô đơn" nào xảy ra, mà thay vào đó là chiến tranh. Chiến tranh ập đến kéo theo tất cả những chết chóc, đổ vỡ, chia lìa, tan tác. Làng Rume bị chặt khúc ra từng mảnh bởi cả hai phe, Quốc gia lẫn Giải phóng. Ông Thày bị cắt đầu vì bị tình nghi là Việt gian, các người khác như bầy chim vỡ tổ, mỗi người tìm một phương lánh nạn. Thạch Xung và Thị cũng bị cuốn trôi theo cơn thác lũ ấy về thành phố chạy trốn, kiếm miếng ăn, nhưng mất liên lạc với nhau một thời gian dài.

Nhà văn Nguyễn Viện dành khá nhiều câu chữ trong cuốn tiểu thuyết để nói về cuộc chiến tranh ấy, tuy vậy, ông không hề đả động gì đến việc cuộc chiến xảy ra như thế nào; năm tháng, những biến cố trọng đại cũng không được moi ra từ lịch sử hoặc ký ức, mà chỉ nói về những hệ lụy đau đớn do cuộc chiến gây ra. Điều này không lạ. Bởi sứ mệnh (nếu có) của tiểu thuyết không phải minh họa cho Lịch sử, mà là lấp đầy những chỗ trống do Lịch sử vô tình hay cố ý bỏ quên. Nguyễn Viện nhìn chiến tranh với con mắt kinh hoàng tột độ, *"... Con người bị ném vào chiến tranh như miếng thịt ném cho thú dữ trong sở thú."* Ở một đoạn khác, ông viết:

"Đao kiếm hay súng ống, xưa nay vẫn là thứ vũ khí để giết người và nó gắn bó với lịch sử con người như một thuộc tính. Một cám dỗ huỷ diệt, mãnh liệt và ám ảnh. Vì thế, vũ khí mỗi ngày một tinh vi và hiệu quả hơn. Nó cũng lôi cuốn con người hơn. Mang đao kiếm hay súng ống không chỉ là tự vệ hay giết người, mà nó nâng cấp và thị uy bản ngã." (Tiểu đoạn 5: Thành phố).

Đọc đến đây, tôi bỗng nhớ một câu viết của nhà văn Mỹ Henry Miller, *"Chúng ta giết nhau vì chúng ta hãi sợ chính cái bóng của mình, sợ rằng nếu chúng ta sử dụng một chút lý trí, chúng ta sẽ phải thừa nhận rằng những nguyên tắc cao cả của chúng ta là sai lầm."*

Đoạn văn trên của Nguyễn Viện là tiếng dội từ vách núi vọng về của câu nói của Henry Miller, mà tôi hiểu như sau:

Chiến tranh là sự hủy diệt mang tính biểu tượng đối với kẻ khác, nhưng bạo lực không bắt nguồn từ sức mạnh hay niềm tin, mà từ nỗi sợ hãi. Sợ hãi khi nhận ra khả năng tàn ác của chính mình. Sợ hãi khi thừa nhận rằng chúng ta không trong sạch về mặt đạo đức như chúng ta tuyên bố. Sợ hãi rằng "kẻ thù" không hoàn toàn ở bên ngoài, mà phản ánh điều gì đó chưa được giải quyết bên trong chúng ta. Bằng cách phóng chiếu bóng tối này ra bên ngoài, chúng ta biến xung đột nội tâm thành xung đột ngoại tại. Kẻ thù trở thành một vật chứa tiện lợi cho những gì chúng ta không thể chịu đựng được ở chính mình. Do đó, bạo lực là một hình thức trốn tránh tâm lý.

Đoạn, cái "bản ngã được nâng cấp" của Nguyễn Viện hay cái "nguyên tắc cao cả" của Henry Miller là gì, và tại sao chúng ta hãi sợ nó là sai lầm?

Đây là lời buộc tội cốt lõi. Miller không tấn công các nguyên tắc nói chung, mà là các nguyên tắc được tôn vinh – những lý tưởng được nâng lên vượt quá sự phê phán và tách biệt khỏi thực tế. Chúng trừu tượng (quốc gia, sứ mệnh, cách mạng, tự do, sự trong sạch, sự tiến bộ, hệ tư tưởng, v.v.) Họ đòi hỏi sự hy sinh – nhưng không bao giờ từ những kẻ định nghĩa chúng. Họ biện minh cho sự tổn hại là cần thiết, không thể tránh khỏi. Nói cách khác, chiến tranh, việc giết chóc tiếp diễn không phải vì con người thiếu hệ thống đạo đức, mà vì họ bám víu vào chúng quá cứng nhắc. Bạo lực trở thành một cơ chế phòng vệ để bảo vệ hình ảnh bản thân về mặt ý thức hệ.

Tại đây, ý thức hệ được trừu tượng hóa; những lý luận đạo đức, luân lý thông thường bị đàn áp, dẹp bỏ; bạo lực được biện minh như một nguyên tắc. Và, khốn nạn thay! Ranh giới giữa nguyên tắc và tội ác mỏng manh hơn chúng ta nghĩ.

Câu chuyện "ông Thày" bị cắt đầu trong thiên tiểu thuyết không là một biểu tượng ẩn dụ. Nó từng thật sự xảy ra nhiều lần trong thời chiến, từ nhiều phe phái, không riêng gì phe Việt Minh hay Cộng sản. Câu hỏi được đặt ra là, tại sao con người lại có thể tàn ác, nhẫn tâm như thế với đồng loại?

Câu hỏi này đã được chính nhà văn Nga Aleksandr Solzhenitsyn hỏi, và câu trả lời của ông giản dị là: Nó chính là cái ý thức hệ.

Theo Solzhenitsyn, nguyên uỷ của tội ác là ý thức hệ. Ý thức hệ cung cấp kẻ ác sự bền bỉ và quyết tâm, bằng mọi giá, phải tiêu diệt tất cả những kẻ cản trở bước đường của mình. Nó được bao bọc bởi lớp hào quang giả tạo rồi trang trọng đưa lên ban thờ. Từ đó kẻ gây tội ác cứ việc an tâm gây tội ác mà lương tâm chẳng hề bị cắn rứt, bởi hắn chỉ cần vái lạy, nhân danh cái ý thức hệ đó thì bất cứ việc gì, dù tàn độc cách mấy, hắn vẫn có thể thản nhiên làm được. Cái ác tiềm ẩn trong DNA của mỗi chúng ta, với ý thức hệ như thùng phuy dầu xăng, chỉ cần một tia lửa nhỏ lóe lên cũng đủ cho nó biến thành đám cháy lớn thiêu đốt bất kỳ thứ gì nằm cản đường cản lối.

3. Những người con của núi rừng bỏ chạy về thành phố, một nơi chốn hỗn loạn, xã hội suy đồi đến tận đáy đất đen, mọi giá trị truyền thống bị lật nhào, không lý tưởng, mọi ý nghĩa tiêu tan, người ta giẫm đạp lên nhau mà sống, con trai làm du đãng, con gái làm đĩ, hoặc khá lắm thì buông thả, sao cũng được, miễn sống. *"Một chủ nghĩa hiện sinh được hiện thực hoá đồng hành trong cuộc chiến giữa chủ nghĩa cộng sản và chủ nghĩa tư bản."* Tác giả viết như thế ở tiểu đoạn 7.

"... Trong cơn lốc xoáy ấy, Thạch Xung không muốn cầm súng vì tổ quốc hay một lý tưởng nào, chàng cũng không muốn cầm súng như cách để kiếm miếng ăn, hoặc giết người để bảo vệ cách sống của mình. [...] Chiến tranh là một mâu thuẫn và nó tạo ra những mâu thuẫn khác. Hơn bao giờ hết, những mâu thuẫn nội tại xé vụn Thạch Xung. Và đó là một Thạch Xung du đãng. Từ chối làm nghĩa vụ công dân. Phủ nhận thực tại. Mỗi bước đi của Thạch Xung là một hố thẳm... Và chàng trở thành hố thẳm, bất khả vãn hồi." (Tiểu đoạn 7: Những ngã ba lạc lối).

Thế là Thạch Xung bắt đầu cuộc trốn chạy của mình, trốn chạy theo cả nghĩa đen lẫn nghĩa bóng. Gã bị phe Quốc gia bắt lính. Đào ngũ. Bị đuổi, bơi qua sông trốn, gặp ngay thằng em Thạch Xâm chĩa AK vào đầu, lại bơi ngược về phía Quốc gia. Lại chạy. Chạy thục mạng. Chạy miết. Cho đến khi trở thành một tay du đãng khét tiếng.

Tiếng tăm gã được đồn thổi, và các thế lực chính trị thuộc cả hai phe tìm đến gã mời mọc, chèo kéo, thậm chí dọa nạt. Nhưng gã cương quyết và khôn khéo chối từ, *"Tôi không đủ cao cả để hy sinh thân mình cho điều gì. Sự thật, tôi là kẻ sợ chết. Nên tôi sẽ không thể làm gì nguy hiểm đến an nguy của tôi. Tôi cũng không muốn gây nợ máu với ai."* (Tiểu đoạn 8: Những giấc mơ bụi bặm).

Thế nhưng, do hoàn cảnh và thời thế đưa đẩy, bỗng một hôm Thạch Xung trở thành một nhân vật chính trị sáng giá. Và, kết quả đáng buồn là gã ngày càng bị cuốn hút sâu vào vũng lầy của những thủ đoạn, mưu toan chính trị đen tối. *"Chính trị vẫn là bán mình cho quỷ."* Gã phải quỵ lụy "điếu đóm" các nhân vật như cụ Dunhill, lão Hà Việt bên cốc rượu hay bàn đèn thuốc phiện. Gã cảm thấy chán ngán và cuối cùng, chịu đựng hết nổi, gã bỏ lại tất cả, đi lập một cái am và giả dạng thầy tu. Gã lại bắt đầu một cuộc trốn chạy mới.

"Thạch Xung không muốn bị cuốn vào cuộc sát phạt địch-ta... Nhưng địch hay ta sẽ chẳng có bên nào cho con người quyền lựa chọn." (Tiểu đoạn 8: Những giấc mơ bụi bặm). Đó là bi kịch của chiến tranh Việt Nam.

Chiến tranh Việt Nam là một cuộc chiến phức tạp, có kẻ nhìn nó dưới góc độ một cuộc chiến ủy nhiệm giữa hai khối Tư bản và Cộng sản trong bối cảnh Chiến tranh Lạnh toàn cầu. Sự thật là sau khi tách cái vỏ bọc mạ vàng giả, gạt bỏ tất cả những khẩu hiệu tuyên truyền, đại loại như "chống Mỹ cứu nước" hoặc "bảo vệ tiền đồn tự do", thì cuộc chiến ấy hiện nguyên hình là một cuộc nội chiến, anh em giết nhau, không hơn không kém. Sự lựa chọn bi thảm của một con người trong cuộc nội chiến xuất phát từ sự xung đột giữa nghĩa vụ đạo đức, bản sắc cá nhân và lưỡi răng cưa tàn bạo của cỗ máy lịch sử vô nhân tính. Không giống như các cuộc chiến tranh thông thường chống lại kẻ thù rõ ràng từ bên ngoài, nội chiến làm tan vỡ chính khung cảnh đạo đức. Nó xóa bỏ sự phân biệt giữa "chúng ta" và "họ", biến hàng xóm thành kẻ thù, anh em thành đối địch, và lương tâm cá nhân thành một chiến trường tranh chấp khốc liệt. Bi kịch không chỉ nằm ở sự đau khổ hay mất mát, mà còn ở sự không thể tránh khỏi việc lựa chọn sai lầm, lựa chọn nào cũng là một lựa chọn mà cuối cùng đều đưa đến những hậu quả đau đớn, những thảm cảnh, chẳng những cho mình mà còn cho bao người khác.

Nó không phải sự tự do lựa chọn giữa thiện và ác; thay vào đó, con người buộc phải lựa chọn giữa những điều tốt đẹp nhưng lại mâu thuẫn với nhau. Lòng trung thành với gia đình có thể xung đột với lòng trung thành với phe phái mình ủng hộ; lòng trung thành với nguyên tắc đạo đức có thể mâu thuẫn với sự sống còn; lòng trung thành với sự thật có thể gây nguy hiểm cho những người thân yêu. Bất kể con đường nào được lựa chọn, hắn đều phản bội điều gì đó thiết yếu đối với bản sắc của mình. Hành động lựa chọn không giải quyết được xung đột, nó vĩnh viễn bị đóng đinh vào tính cách của hắn.

Nội chiến cũng phá hủy chuẩn mực của sự rõ ràng về đạo đức. Trong lý luận đạo đức thông thường, trách nhiệm dẫn đến một khuôn khổ giá trị ổn định. Nội chiến phá vỡ khuôn khổ đó. Mỗi bên đều tuyên bố tính hợp pháp, công lý và sự cần thiết. Sự tuyên truyền, đe dọa, nỗi sợ hãi, lòng bất mãn, vân vân, làm méo mó nhận thức, khiến hắn gần như không thể biết liệu mình đang bảo vệ công lý và chính nghĩa hay đang phá hoại cho đất nước trở nên tan hoang. Người chọn một phe thường làm như vậy trong điều kiện bất ổn cực đoan, bởi biết rằng sự phán xét trong tương lai – bởi lịch sử hoặc bởi lương tâm của chính mình – có thể lên án hắn.

Một khía cạnh bi thảm khác là sự cưỡng bức được ngụy trang dưới dạng lựa chọn. Trong một cuộc nội chiến, trung lập thường bị xem là phản bội. Một con người có thể bị buộc phải chiến đấu không phải vì hắn tin tưởng, mà vì từ chối có nghĩa là chết, tù đày, gia đình bị liên lụy. "Sự lựa chọn" của hắn trở thành hành động sinh tồn chứ không phải niềm tin. Tuy nhiên, ngay cả hành động bị cưỡng bức cũng để lại hệ quả đạo đức. Hắn phải sống với những gì mình đã làm, ngay cả khi hắn chưa bao giờ thực sự muốn điều đó. Bi kịch xuất hiện ở đây từ khoảng cách giữa ý chí và trách nhiệm: hắn phải chịu trách nhiệm về những hành động mà hắn không thể nào tránh khỏi.

Chiến đấu trong một cuộc nội chiến thường đòi hỏi phải phi nhân hóa những người từng thân quen – những người nói cùng một ngôn ngữ, chia sẻ cùng phong tục, cùng một lịch sử. Giết một kẻ thù như vậy gây ra vết thương sâu sắc hơn so với giết một người lạ, bởi nó hủy diệt một thế giới chung. Ngay cả khi mục đích là chính đáng, hành động đó vẫn làm xói mòn bản chất đạo đức của con người. Hắn không chỉ đối mặt với nguy cơ tử vong, mà còn đối mặt với nguy cơ trở thành một người vong thân không thể nào hoàn toàn hòa giải với con người trước đây của mình.

Nội chiến cũng đặt ra một lựa chọn bi thảm giữa hành động và tội lỗi. Hành động là tham gia vào bạo lực và bất công; không hành động là cho phép bạo lực và bất công hoành hành không kiểm soát. Điều này phản ánh một vở bi kịch Hy Lạp cổ điển, trong đó mọi hành động có thể đều vi phạm một giá trị thiêng liêng nào đó. Con người bị mắc kẹt trong một tình thế tiến thoái lưỡng nan về đạo đức, nơi hắn làm gì hay không làm gì đều có tội như nhau. Bi kịch của hắn không phải là hắn lựa chọn sai lầm, mà vì cái thế giới hắn ở bên trong đã được cài đặt để bất kỳ chọn lựa nào cũng sai lầm.

Cái bi kịch ấy không chấm dứt sau khi chiến tranh kết thúc. Con người phải sống trong một xã hội có những ký ức khác biệt so với hắn. Người chiến thắng viết nên lịch sử; người thua cuộc mang theo sự im lặng. Những hành động từng được ca ngợi là anh hùng có thể sau này bị coi là tội ác, hoặc ngược lại. Hòa giải đòi hỏi sự quên lãng, nhưng lương tâm lại chống lại sự xóa bỏ. Con người trở thành một mâu thuẫn sống – vừa là người tham gia vừa là người chứng kiến, vừa là nạn nhân vừa là thủ phạm – không thể hoàn toàn biện minh hay hoàn toàn hòa giải. Theo nghĩa này, lựa chọn bi thảm của con người trong chiến tranh không phải là một khoảnh khắc mà là một trạng thái tê liệt kéo dài suốt đời. Nó tiết lộ một sự thật cơ bản về đời sống đạo đức của con người dưới áp lực cực đoan: rằng bi kịch không phát sinh từ sự yếu đuối về tính cách, mà từ những tình huống mà trật tự đạo đức tự thân sụp đổ. Nội chiến cho thấy sự mong manh của đạo đức, và cái giá phải trả để giữ được nhân tính khi lịch sử không cho phép ai có được một đôi bàn tay sạch sẽ và sự minh triết trong sáng.

Tôi đã đọc cuốn tiểu thuyết *Có những kẻ đi mãi không về* của nhà văn Nguyễn Viện (hay bất cứ một cuốn sách lịch sử cũng như văn học nào về chiến tranh Việt Nam) với tâm trạng như trên.

4. Cuộc chiến nào cuối cùng rồi cũng kết thúc, nhưng gã Thạch Xung không tìm được nơi chốn an thân mà vẫn tiếp tục cuộc trốn chạy.

Thời chiến tranh lúc chạy về thành phố, gã gặp lại Thị,

và khi biết ra hai người là anh em cùng cha khác mẹ, gã xem Thị như người em gái. Thị được xem là hoa khôi trong các chốn ăn chơi có lính Mỹ lui tới và được một người lính Mỹ tên James yêu thương lấy làm vợ. Thị theo anh ta về Mỹ sinh sống. Thạch Xung cũng gặp một cô gái tên Mimi Đen, một cô gái lớn lên trong thời loạn, sống buông thả, bất cần. Cô gái bám chặt gã trong bất kỳ cảnh huống nào, dù là khi gã đội lốt tu hành. Cuộc sống như bào ảnh. *"Không phải sống, cũng không phải chết. Một cảnh giới vượt thoát mọi giới hạn, nhưng không phải niết bàn, mà chỉ là nhất thể hoá ba la mật, chân như thực tại."* (Tiểu đoạn 10: Đào thoát).

Cuộc sống ấy, như chúng ta đều biết, là một cuộc sống không có ngày mai, ngay cả khi đất nước thống nhất, hòa bình trở lại, khi xã hội đầy bất công, phi lý, khi con người bị phân biệt đối xử như súc vật. Gã vẫn sống với Mimi Đen, cả hai bươn chải kiếm sống, tình yêu ấy vẫn còn, nhưng là một thứ tình yêu bị đầu độc.

"Tình yêu để kết sinh hoa trái nhưng tình yêu đã bị đầu độc. Bản năng và khao khát làm mẹ của Mi bị bóp chết nhưng nàng không dám ép Thạch Xung, bởi nàng biết hiện tại của họ mong manh bất trắc, mà tương lai thì không ai dám tin." (Tiểu đoạn 13: Đường dài).

Cứ thế diễn tiến, phần I của cuốn tiểu thuyết chấm dứt với những nốt nhạc đượm buồn, chua xót trong câu nói của Thạch Xâm: *"Chiến tranh hay hoà bình, lịch sử hay cuộc sống vẫn là cái cối xay thịt."* (Tiểu đoạn 13: Đường dài).

Trong phần II của cuốn tiểu thuyết, Thạch Xung từ chủ thể ngôi thứ ba trở thành ngôi thứ nhất, và lúc này đã là một ông già bảy mươi tuổi. Từ hòa bình tới chiến tranh rồi trở lại hòa bình, nhưng bao giờ ông cũng cảm thấy bị mắc kẹt giữa gọng kềm của kiếp sống. Hòa bình là một cuộc chiến khác không tiếng súng. Thế rồi, ông tự an ủi rằng dẫu sao ông sống sót, và ông tìm về sống trong ngôi làng Rume xưa cũ của ông. Rất khó khăn cho ông làm thế, không chỉ vì tiền bạc mà còn bởi một ký ức mà ông muốn xóa nhòa. Trở về ngôi làng xưa là một cách thế hòa giải với chính con người ông, bởi nó chính là món bảo vật linh thiêng nuôi dưỡng tâm hồn ông suốt đời người. *"Tôi đã gìn giữ cái huyền hoặc ấy cho suốt cuộc đời mình như một thứ gia bảo. Đồng thời, tôi cũng bị dập vùi trong hiện thực khốc liệt của con người, một cách trần trụi nhất mà tôi không thể trốn chạy, dù tôi luôn trốn chạy."* (Tiểu đoạn 1, Phần II: Ký ức của mùi).

Lúc này Mimi Đen đã qua đời, Thị sống ở bên kia đại dương, những người thân yêu chẳng còn ai, ông Thạch về quê cũ Rume mua đất, dựng nhà làm lại từ đầu. Ngày ngày ông đi chăn bò, trồng rau, trồng cây, sống với những người dân quê lam lũ nhưng chân chất. Ông cũng vui vì có người bạn già, ông Giải phóng, vốn là người theo cách mạng dạo trước nhưng bị đánh bật ra ngoài như bao kẻ khác. Ông tạm ổn trong tuổi già, tự an ủi bằng ý nghĩ, *"Con người có thể tàn ác, bất* chấp… nhưng tính người sẽ không bao giờ mất đi." (Tiểu đoạn 3, Phần II: Mùi ở chân mây). Ông an phận, vui với cuộc sống bình dị nơi thôn dã cho dù một hôm cơ ngơi của ông bị nhà nước nhân danh sự phát triển kinh tế cho xe ủi đất đến ủi bằng, cướp sạch. Ông chỉ cười, tự giễu, *"... Tôi chỉ là kẻ trốn chạy. Luôn luôn trốn chạy. Nên chẳng làm gì ra hồn."* (Tiểu đoạn 5, Phần II: Mùi chuột đồng).

Ông Thạch cũng vui vì có một tình yêu khác với người

phụ nữ thông minh lịch lãm tên Lữ Thảo, nhưng Lữ Thảo đến đến đi đi và cuối cùng cô đi luôn, không bao giờ trở lại. Chẳng còn thiết tha chạy theo cuộc sống nữa, ông dựng một cái am tre mãi tận thượng nguồn xa vắng của dòng suối, đêm đêm gõ mõ tụng kinh. Niềm an ủi sau cùng là trong những ngày cuối đời ông có người đàn bà quê mùa gốc Miên săn sóc ông, chính cô là người viết hai chữ THẠCH XUNG lên mộ chí của ông bên bờ suối. Kết thúc một đời người.

5. Cuốn tiểu thuyết được viết với một văn phong bàng bạc tính hiện thực huyền ảo, đôi khi như phi thực, tuy không sử dụng những thủ pháp hiện đại như siêu hư cấu hoặc dòng ý thức. Chủ yếu của cuốn tiểu thuyết vẫn là miêu thuật một câu chuyện. Câu chữ mạnh mẽ, có lúc sống sượng, như muốn lột tả tính cách tàn bạo của điều muốn thuật. Cấu trúc truyện được viết theo tự sự biên niên, có những đoạn chuyển mạch bất ngờ. Bối cảnh truyện là lịch sử nhưng không đi sâu vào biến cố, cũng không đào sâu tâm lý nhân vật. Tự sự được sử dụng như những nét chấm phá trên một toàn cảnh dàn trải rộng lớn, và những chấm phá tự sự đó nối kết nhau để tạo nên mặt dệt của cuốn truyện.

Nhà văn Nguyễn Viện có tham vọng tóm gọn một đời người trong cuốn tiểu thuyết trên bốn mươi nghìn từ ấy, từ lúc sinh ra đời cho đến khi nhắm mắt xuôi tay trở về cát bụi. Cuốn tiểu thuyết là khúc giao hưởng buồn bã nói lên toàn bộ sự phi lý của kiếp người. Sống là trốn chạy. Sống trong thất lạc. Mọi chọn lựa đều vô nghĩa, đều đem đến cho bản thân sự hủy diệt.

Tự thân cuộc sống vốn là vô nghĩa, nó dửng dưng với ta một cách phi lý. Câu hỏi mang tính hiện sinh là, ta phải làm gì khi đối đầu với nó. Triết gia Jean-Paul

Sartre có câu trả lời rất giản dị và dễ hiểu: Bởi hiện thể đi trước bản thể, điều đó có nghĩa là sự quan tâm hàng đầu cho mỗi cá nhân là chính cá nhân đó – một con người ("hiện thể") độc lập trong hành động và có trách nhiệm, có ý thức – không phải cái gì thuộc về nhãn hiệu, vai trò, khuôn mẫu, định nghĩa, hoặc những phân loại ước định khác gán ghép lên cá nhân đó ("bản thể"). Đời sống thực sự của cá nhân mới đích thực là cái cấu tạo nên "chân bản thể" của hắn, không phải một bản thể do kẻ khác tùy tiện áp đặt lên hắn, định nghĩa hắn là gì. Do đó, con người, xuyên qua ý thức bản thân, kiến tạo nên giá trị cho chính mình và định hình một ý nghĩa cho cuộc sống.

Nói cho cùng, sống là đấu tranh và cuộc đấu tranh không hẳn là toàn bộ câu chuyện.

Chúng ta không ngừng cố gắng vượt qua cuộc sống bởi vì sự đấu tranh gắn liền với ý nghĩa. Nỗi đau, những nỗ lực và sự bất định là cái giá phải trả cho việc quan tâm đến điều gì đó – sự sống còn, tình yêu, sự phát triển, phẩm giá. Nếu không có gì quan trọng, sẽ không có đấu tranh… nhưng cũng sẽ không có lý do để thức dậy mỗi sáng.

Sự đấu tranh là bằng chứng của giá trị. Chúng ta không chiến đấu vì những điều vô nghĩa đối với mình. Chính việc cuộc sống cảm thấy khó khăn có nghĩa là có điều gì đó quan trọng trong đó.

Hơn nữa, chúng ta được tạo hóa ban cho hy vọng. Về mặt sinh học và tâm lý, con người được tạo ra để tìm kiếm sự giải thoát, sự cải thiện và những khả năng – ngay cả sau thất bại. Hy vọng không phải là ngây thơ; nó là khả năng thích nghi.

Sự phát triển chỉ xảy ra khi có sự kháng cự. Sức mạnh vật thể, kỹ năng, tính cách, trí tuệ – tất cả đều hình thành bởi vì có điều gì đó chống lại.

Những khoảnh khắc quý giá bù đắp cho sự nỗ lực. Niềm vui, sự kết nối, vẻ đẹp, tiếng cười, tình yêu – những điều này không xóa bỏ nỗi đau khổ, nhưng chúng khiến nỗi đau khổ trở nên đáng chịu đựng.

Chính sự lựa chọn là sức mạnh. Ngay cả khi chúng ta không thể kiểm soát hoàn cảnh, việc lựa chọn cách phản ứng mang lại cho cuộc sống cảm giác chủ động thay vì chỉ đơn thuần là chịu đựng. Chúng ta không vượt qua cuộc sống để chiến thắng nó, mà để tham gia vào cuộc sống. Để nói rằng, "Tôi vẫn ở đây. Tôi vẫn đang lựa chọn."

Và đôi khi, vào những ngày khó khăn hơn, câu trả lời đơn giản và nhẹ nhàng hơn: Chúng ta cố gắng bởi vì việc dừng lại, bỏ cuộc, là cái gì tồi tệ hơn là tiếp tục.

Khác với nhân vật Billy Pilgrim, trong cuốn tiểu thuyết Lò sát sinh số năm của nhà văn Mỹ Kurt Vonnegut, từ chiến trận trở về tâm trí trở nên không bình thường, sống với những giấc mơ hoảng loạn, Thạch Xung của Nguyễn Viện may mắn hơn. Sau chừng ấy khổ đau và tuyệt vọng, ông vẫn tỉnh táo tìm được niềm vui an tĩnh ở cuối đời và có cái chết tương đối êm ả. Ta còn mong muốn gì hơn thế?

– TRỊNH Y THƯ

(California, Trọng Đông, 2026)

NGUYỄN ĐỨC TÙNG

NGUYỄN VIỆN,

HIỆN THỰC THAY THẾ

Trong tiểu thuyết của Nguyễn Viện, *Có những kẻ đi mãi không về*, các sự kiện lịch sử tạo ra nguồn cảm hứng cho tác giả, như cuộc chiến Nam Bắc hai mươi năm, lính Mỹ ở Việt Nam, hoạt động của giới giang hồ và cảnh sát, của Mặt trận giải phóng miền Nam. Cuốn sách ngắn, trên một trăm trang, nhưng mang lại cái nhìn đặc sắc về lịch sử xung đột của người Việt, thời kỳ Việt Nam Cộng Hòa, thời kỳ sau năm 1975, những bi kịch và hài kịch của các thể chế. Đó là lịch sử của các sự kiện. Văn học còn có một thứ lịch sử khác, được tạo ra bởi tác giả. Bởi lối kể chuyện.

"Thạch Xâm đứng trước mặt anh, đầu súng AK chĩa vào đầu.

"Sao anh đến đây?" Thạch Xâm hỏi.

"Anh đào ngũ."

"Giờ anh tính sao? Muốn theo cách mạng à?"

"Không. Nếu có thể em cho anh ít lương thực và thả cho anh đi."

Nguyễn Viện được gọi là nhà văn ngoài lề, tác phẩm của anh là sự đề kháng văn hóa. Cách viết giản dị, câu văn rõ ràng, không có những biến đổi lớn về văn phạm.

Về nội dung, anh lại có cái nhìn quyết liệt, nhằm tháo tung mọi bí ẩn lịch sử, đặt ra nhiều giả thuyết, nhiều khả năng. Thực ra ngay từ khi còn bé, nhân vật Thạch Xung đã lìa bỏ quê hương bản quán sau cái chết của một người đàn ông quan trọng trong đời chàng.

Hôm sau nữa, Thạch Xung lấy chiếc xe đạp cùng con chó của ông Thày bỏ nhà, bỏ Rume đi, khi trời còn chưa sáng. Không từ biệt một ai….Rume không còn bình an. Cái chết của ông Thày khởi đầu cho một Rume tan rã.

Rume tan rã hay quê hương Việt Nam tan rã?

Các câu chuyện không dừng lại ở một nơi chốn, chúng trải rộng qua nhiều nơi, những năm tháng. Điều này cho phép anh mở rộng chủ đề, thay đổi các góc nhìn. Câu chuyện không hoàn toàn mới, các nhân vật cũng khá quen thuộc, nhưng sự sắp xếp các tình huống, cách đối thoại, sự mô tả nhân vật là bí quyết thành công của tác giả. Trong một lối văn chừng mực, tư tưởng của tác giả làm nên sự mới mẻ của tác phẩm. Nguyễn Viện là nhà văn hậu hiện đại không phải vì cách hành văn, mà vì tư tưởng và cảm hứng nghệ thuật, đến lượt chúng, chi phối hành động của nhân vật. Các nhân vật của anh phần nhiều có tính quy ước, và mặc dù đó không phải là điểm mạnh của văn xuôi, cách mô tả quy ước này làm cho người đọc dễ quen thuộc với các tình huống bất ngờ, với tính mỉa mai hài hước thoảng chất Tây phương của anh.

"Tôi phóng tầm mắt nhìn ra xung quanh. Rume đẹp với một địa hình đầy chất thơ. Có con suối ở gần, có ngọn núi xa xa, những vườn cây xanh um. Tôi thấy thì bọn tư bản mới bất nhân còn thấy rõ hơn. Chúng nhìn thấy Rume là một tiềm năng. Và Rume bị đánh úp."

Bằng cách kể lại câu chuyện về một vùng đất, Nguyễn Viện biểu lộ khả năng đặc sắc của anh trong việc đánh giá lịch sử cùng lúc bằng sự châm biếm và tính trữ tình. Chân dung các nhân vật như ông bán muối, gọi là ông Muối, vợ là bà Mắm, ông Thày, Thạch Xung, đứa con của cô gái, đồng chí cách mạng, lão thọt, đại úy Hổ Cáp, Hai Mãnh, James, Mimi, đều sắc nét. Trong phần hai, nhân vật Thạch Xung trở thành người kể chuyện xưng tôi. Trong truyện có những cái tên có thật được nhắc tới: Hữu Loan, Bùi Giáng, và có những sự kiện có thật. Phần một gồm có mười bốn chương ngắn, mỗi chương khoảng năm đến bảy trang, phần hai có mười chương, nhưng phần ba chỉ có một đoạn ngắn, khoảng chín mười dòng. Tác giả ghi ngày hoàn tất là 14/12/2025. So với những tiểu thuyết trước đây của anh, lối viết mượt mà hơn, ngôn ngữ hài hước cay đắng có dịu đi hơn. Câu chuyện được diễn tả mạch lạc mặc dù sự phân mảnh về thời gian và khung cảnh, tính chất phi tuyến tính của lời kể vẫn còn hiện diện, nhưng trở nên ít thách thức. Nguyễn Viện nặng về kể một câu chuyện hơn là mô tả các chi tiết, và cố tình đi ngược lại thói quen của các tác giả hiện nay, ví dụ Muarakami, người cực tả chi tiết, đôi khi đến mức nhàm chán và lặp lại. Tuy nhiên vẫn có những lúc mà người đọc muốn anh dừng lâu hơn, có những đoạn cảm động:

Cuộc đời có đáng được tha thứ không? Thạch Sung không biết, nhưng chàng cũng mơ hồ nhận thấy chính mình mới cần được tha thứ cho dù chàng chẳng có lỗi gì.

Cách kể pha lẫn với lời nhận xét. Điều ấy làm cho mọi việc sáng rõ lên. Tuy vậy, tôi muốn anh lùi lại hơn nữa để nhân vật tự kể lại câu chuyện của mình. Một trong những chủ đề của cuốn sách là tội lỗi và tha thứ. Tiểu thuyết của Nguyễn Viện là một hiện thực thay thế, tức là một hiện thực mới dùng để thay thế cho hiện thực mà chúng ta gặp hằng ngày, như một người có hai khuôn mặt, có hai trái tim, như một lịch sử có hai dòng kể, như một cuộc chiến tranh mà bên nào cũng cho là mình thắng cuộc. Sự phán đoán của tác giả đối với hiện thực hôm nay, sự túng quẩn của con người, bộc lộ một cái nhìn tuy chính trị nhưng vẫn cá nhân. Anh không lên giọng rao giảng, anh thản nhiên nói ra ý kiến của mình, và đối với tôi, gần như là hồn nhiên bất ngờ. Sự tách rời của nhân vật ra khỏi hoàn cảnh lịch sử vừa là một dụng ý nghệ thuật vừa là phong cách suy tưởng của anh. Viết là một trò chơi, trong khi người khác chơi với ngôn ngữ thì Nguyễn Viện chơi với các nhân vật của mình, với lịch sử mà anh phản đối, với tự sự mà anh bác bỏ, với lòng thương yêu mà anh gìn giữ.

"Nó làm chấn thương cả hai phía, tôi biết điều ấy. Lẽ ra nó không nên xảy ra, nhưng nó đã xảy ra. Chiến tranh tạo ra hoà bình theo cách khó chịu nhất. Dẫu sao, nhờ thế chúng ta lại có cơ hội ngồi với nhau."

Tiểu thuyết Nguyễn Viện không phải là tiểu thuyết lịch sử nhưng là tiểu thuyết trữ tình mang tính lịch sử. Đó không phải là một lịch sử theo nghĩa thông thường mà là lịch sử khác, mới lạ, kì quặc, phi lý, dùng để thay thế. Thế giới chia làm hai: những người thắng cuộc và những người thua cuộc, những người vĩnh viễn trong sạch và những người dễ ô nhiễm, những người thủ ác và nạn nhân. Nguyễn Viện đi giữa hai thế giới ấy, tò mò quan sát, không ngớt suy nghĩ và thỉnh thoảng đưa ra nhận xét, có khi quá ít, có khi quá nhiều, nhưng bao giờ anh cũng thành thật với nhân vật của mình. Tức là với người đọc của mình. Anh có khuynh hướng tìm về thiên nhiên và nguyên thủy. Tôi không biết đó là phản ứng tự nhiên của một người sống ở đô thị hay đó là hoài bảo của nhà văn như một thông điệp. Thiên nhiên của Nguyễn Viện đẹp và thơ mộng. Nếu được viết sâu hơn nữa, thiên nhiên ấy trở nên một nguồn hấp dẫn và tăng tính thuyết phục của các luận điểm. Trong khi nhà văn dấn thân vào hiện thực, bạo lực và dung tục, hôm nay, không lánh đời, anh biết lùi lại trong thời gian để giữ khoảng cách cho các suy nghĩ, sự lắng lại cho các cảm xúc.

"Đó là bia mộ của chàng. Không năm tháng. Không nơi chốn. Không đến và không đi. Chàng ở đó mãi mãi với nhang khói, những bông hoa dại và một tình yêu thầm lặng của Cô Hoa Sứ."

Chàng là Thạch Xung, là người rời bỏ, là kẻ chạy trốn. Chàng không muốn tham gia vào các cuộc xung đột, không muốn chọn lựa phe nhóm, không muốn can dự vào các tội ác, dù đến từ phía nào. Chàng là người từ chối lịch sử. Nguyễn Viện mang một lịch sử khác, một hiện thực khác, vào đời sống, làm cho nó trở thành một phần của máu thịt hôm nay, không khí hôm nay, sự cô độc và sự nghèo nàn xúc cảm hôm nay. Anh là sự đề kháng đối với cái xấu xa, hèn mọn, sự truy bức con người, dù chúng đến từ thiên nhiên hay xã hội. Tôi tiếc là anh không đi sâu phân tích đời sống nội tâm của nhân vật, ngược lại anh chú ý quan sát hành vi của họ và dùng hành vi và ngôn ngữ để mô tả số phận. Tiểu thuyết mô tả những cá nhân cô độc, những cá nhân này đến lượt họ có nhu cầu tìm đến với nhau, che chở và yêu thương nhau, nhưng sự mô tả ấy không rời rạc, mà tập trung, như một hoạt cảnh, hay một dàn hợp xướng, vang lên tiếng nói của những người khốn khổ. Khi đọc Nguyễn Viện, tôi nhìn thấy hình bóng của người khác trong một người, dấu ấn của lịch sử trong một số phận, và những hoàn cảnh khắc nghiệt bi thương, thời chiến tranh hai mươi năm, trước đó nữa, và thời hậu chiến. Sự dịch chuyển giữa các câu chuyện làm cho mối quan hệ gián đoạn, đột ngột, vượt qua liên kết tuyến tính, thể hiện khả năng của cuốn tiểu thuyết “Có những kẻ đi mãi không về” trở thành không phải là một câu chuyện hoàn chỉnh, mà là cuộc đối thoại không ngớt giữa tác giả và độc giả, giữa độc giả và nhân vật, và đó là một thành công đặc biệt của cuốn sách.

NGUYỄN ĐỨC TÙNG

NHÀ VĂN NGUYỄN VIỆN

Tên khai sinh: NGUYỄN VĂN VIỆN

Sinh ngày: 1.2.1949 tại Hải Dương.

Hiện sống và viết tại Sài Gòn.

Chủ trương: Nhà xuất bản CỬA.

Đã nhận 2 giải thưởng của Văn Việt năm 2016 (văn xuôi) và 2019 (thơ). 3 lần giải thưởng của tạp chí tienve.org (Australia).

Từng làm việc tại các báo:

Thanh Niên, Gia Đình và Xã Hội, Thể Thao và Văn Hóa, Đẹp, Saigon City Life…

TÁC PHẨM ĐÃ XUẤT BẢN:

- **Trinh nữ** (tập truyện). NXB Đồng Nai, 1995. Việt Nam.
- **Bố mẹ và con và…** (tạp bút). NXB Trẻ, 1997. Việt Nam.
- **Hạt cát mang bóng đêm** (tiểu thuyết). NXB Trẻ, 1998. Việt Nam.
- **Rồng và Rắn** (tiểu thuyết). Tổ hợp xuất bản Miền Đông Hoa Kỳ, 2002. Hoa Kỳ. NXB Giấy Vụn, 2016. Việt Nam.
- **Thời của những tiên tri giả** (tiểu thuyết). NXB Công An Nhân Dân, 2003. Việt Nam.
- **Chữ dưới chân tường** (tiểu thuyết). NXB Văn Mới, 2004. Hoa Kỳ. NXB Giấy Vụn, 2016. Việt Nam.
- **26 Lần Tờbờlờ** (tiểu thuyết). Cửa Xuất Bản, 2008. NXB Giấy Vụn, 2016. Việt Nam.

- **Cơn bấn loạn bằng phẳng / Cơn bấn loạn dưới đất** (tiểu thuyết). CỬA Xuất Bản, 2008. NXB Giấy Vụn, 2016. Việt Nam.
- **Em có gì bí mật, hãy mail cho anh** (tiểu thuyết). Cửa Xuất Bản, 2008. Việt Nam. NXB Sống, 2015. Mỹ.
- **Nín thở & chạy & một hơi** (thơ). Cửa Xuất Bản, 2008. Việt Nam.
- **Đi & Đến/ Đi đến cuối đường** (tập truyện). Cửa Xuất Bản, 2009. NXB Giấy Vụn, 2016. Việt Nam.
- **Ngồi bên lề rất trái** (truyện & kịch). NXB Cửa, 2011. NXB Giấy Vụn, 2016. Việt Nam.
- **Nhảy múa để chết** (tiểu thuyết). NXB Tiếng Quê Hương, 2013. Hoa Kỳ.
- **Đĩ thúi** (tiểu thuyết). NXB Cửa, 2013. Việt Nam.
- **Đĩ thúi & phần còn lại ở cõi chết** (tiểu thuyết). NXB Chương Văn, 2015. Hoa Kỳ.
- **Ma & Người** (tiểu thuyết). NXB Tiếng Quê Hương, 2018. Hoa Kỳ.
- **Trong hàng rào kẽm gai, tôi thở** (thơ). NXB Nhân Ảnh, 2018. Hoa Kỳ.
- **Thần thánh không biết bơi.** (tiểu thuyết). NXB Mở Nguồn, 2019. Hoa Kỳ
- **Thảo mai trên dốc gió** (tiểu thuyết). NXB Mõm Vuông 2021. Việt Nam. NXB Nhân Ảnh 2024. Canada.
- **Cõi người ở lại** (tập truyện). NXB Cửa, 2023. Việt Nam. NXB Nhân Ảnh, 2024. Canada.
- **Nu Na Nu Nống – Xứ Mêman** (cổ tích mới). NXB Cửa, 2023. NXB Nhân Ảnh, 2024. Canada.
- **Ở phía đông âm phủ** (truyện kịch). NXB Tiếng Quê Hương, 2024. Hoa Kỳ.
- **Ở phía đông âm phủ - một phiên bản khác**. NXB Nhân Ảnh, 2025, Canada.

www.ingramcontent.com/pod-product-compliance
Lightning Source LLC
LaVergne TN
LVHW040432051026
849517LV00002B/576
* 9 7 9 8 2 9 5 6 7 8 6 6 0 *